करोना विषाणूच्या काळातील टाळेबंदी आणि
'निसर्ग' वादळ यांच्या पार्श्वभूमीवर आधारित गूढकथा

गूढचक्र

AA000997

श्रीकांत कार्लेकर

डायमंड पब्लिकेशन्स

गूढचक्र
श्रीकांत कार्लेकर

Goodhchakra
Shrikant Karlekar

पहिली आवृत्ती : ऑगस्ट २०२२

ISBN : 978-93-91948-01-6

© डायमंड पब्लिकेशन्स

मुखपृष्ठ
शाम भालेकर

अक्षरजुळणी
संध्या कामत, पुणे

प्रकाशक
डायमंड पब्लिकेशन्स
२६४/३ शनिवार पेठ, ३०२ अनुग्रह अपार्टमेंट
ओंकारेश्वर मंदिराजवळ, पुणे–४११ ०३०
☎ ०२०–२४४५२३८७, २४४६६६४२

info@dpbooks.in

ऑनलाईन पुस्तक खरेदीसाठी भेट द्या
www.dpbooks.in

लेखक-परिचय

डॉ . श्रीकांत कार्लेकर (M.Sc.Ph.D.)
दूरभाष : 9764769791

    'सकाळ' , 'महाराष्ट्र टाइम्स' , 'लोकसत्ता' या लोकप्रिय दैनिकांत आणि 'साप्ताहिक सकाळ' आणि 'विवेक' व इतर नियतकालिकात विपुल लेखन. उत्कृष्ट शिक्षक पुरस्कार : महाराष्ट्र भूगोलशास्त्र परिषद, अमरावती २००५. उत्कृष्ट संशोधक म्हणून ल. ग. देशपांडे पुरस्कार, ल. ग. देशपांडे प्रतिष्ठान, पुणे २००८. भूगोल शिक्षक पुरस्कार, डेक्कन जिऑग्राफिकल सोसायटी, म्हैसूर विदयापीठ, म्हैसूर २०१२. स्वातंत्र्यवीर सावरकर पुरस्कार ('पृथ्वीजिज्ञासा' या पुस्तकासाठी), पुणे मराठी ग्रंथालय, पुणे २०१७. इत्यादी पुरस्कारांनी सन्मानित. पुणे आकाशवाणीच्या 'नाते निसर्गाशी' या कार्यक्रमासाठी लेखन. लघुकथा संग्रह, गूढकथा संग्रह आणि कादंबरी अशा विविध साहित्य प्रकारात लेखन.

    १. अनुभव : साहित्य सेवा प्रकाशन, औरंगाबाद (१९८६)

    २. अभिशाप : चंद्रकला प्रकाशन, पुणे (१९८७)

    ३. तो नसता तर : साहित्य सेवा प्रकाशन, औरंगाबाद (१९९०)

    ४. षडयंत्र : साहित्य सेवा प्रकाशन, औरंगाबाद (१९९१)

    ५. अतृप्त : अपर्णा प्रकाशन, पुणे (१९९४)

    ६: माझा समुद्रशोध : डायमंड पब्लिकेशन्स, पुणे (२००७)

    ७. कातरवेळ : डायमंड पब्लिकेशन्स, पुणे (२०१४)

    ८. चक्रव्यूह : डायमंड पब्लिकेशन्स, पुणे (२०१६)

    ९. पृथ्वीजिज्ञासा : डायमंड पब्लिकेशन्स, पुणे (२०१६)

    १०. समुद्रशोध : डायमंड पब्लिकेशन्स, पुणे (२०१६)

    ११. अभिशाप : डायमंड पब्लिकेशन्स, पुणे (२०१७)

    १२. कुंपण : डायमंड पब्लिकेशन्स, पुणे (२०१८)

॰ॐ १ ॐ॰

मुंबईला राहाणाऱ्या नानामामाचा निरोप मिळून पंधरा दिवस होऊन गेले होते; पण इतक्या दिवसांत त्याला उत्तर पाठवायला विनायकला जमलं नव्हतं. तो काम करत असलेल्या जपानमधल्या कंपनीकडून निदान पंधरा दिवसांची तरी रजा मिळणं गरजेचं होतं. त्याशिवाय नानामामाच्या कोकणातल्या घरी जाऊन त्याच्याबरोबर तिथली व्यवस्था लावणं शक्य नव्हतं.नानामामाकडून पुन्हा एकदा विनायकच्या मोबाईलवर निरोप आला आणि त्याची पुन्हा रजा मिळवायची खटपट सुरू झाली. यावेळी मात्र त्याला यश मिळालं. वैद्यकीय कारण सांगून त्यानं रजा मिळवली आणि तो दोन दिवसांनी मामाकडे मुंबईला हजर झाला.

''गेल्या पांच वर्षांत इतक्या वेळा सांगूनही तू आलेला नाहीस. तुला माहीत आहे विन्या की तुझ्याशिवाय मला कुंभीच्या घरासंबंधीचा निर्णय घेणं शक्य होणार नाही. तरीही तू...'' मामानं आल्याआल्याच त्याच्यावर डाफरायला सुरुवात केली.

''अरे हो हो, किती चिडशील ? आत्ताच आलोय ना? ठरवू काय करायचं ते, आणि जाऊनही येऊ कुंभीला.'' विनायकानं मामाला शांत करत म्हटलं.

नानामामाचे आणि विनायकचे संबंध खूप जवळचे आणि स्नेहाचे होते. आपला एकुलता एक भाचा खूप प्रेमळ, समंजस आणि हुशारही आहे यावर नानामामाचा प्रगाढ विश्वास होता. विनायकालाही आपल्या मामाच्या निर्भेळ प्रेमाची पूर्ण कल्पना होती. त्यामुळं, त्याला मामाच्या ओरडण्याचा अजिबात राग आला नाही.

''चल, जेवून घे. नंतर ठरवू काय करायचं ते...'' मामानं प्रेमानं विनायकाच्या पाठीवर हात ठेवत म्हटलं.

जेवण झाल्यावर दोघे रात्री टेरेसवर खुर्च्या टाकून बसले. मामी कंटाळून झोपायला गेली होती. तिला कुंभीच्या घराबद्दल तिळमात्रही आपुलकी नव्हती.

''हे बघ विन्या, कुंभीचं आपलं घर आता लगेचंच विकून टाकणं गरजेचं आहे. आता तिकडे कुणाचंच जाणं-येणं होतंही नाही आणि जावं असं तिथं काही उरलेलंही नाही. गेल्या चार वर्षांत मी एकदाही कुंभीला जाऊ शकलो नाही.'' मामानं सुरुवात केली.

''ते सगळं मला माहीत आहे रे मामा. खरं म्हणजे आजोबांनी कायमच्या वास्तव्यासाठी कुंभीसारखं इतकं एकाकी गांव का निवडलं होतं हेच मला कळत नाहीये.'' विनू म्हणाला.

विनायक म्हणत होता त्यांत नक्कीच तथ्य होतं. आज कोकणातलं अगदी दुर्गम गावही काळाच्या बरोबरीनं मुख्य प्रवाहात आलं होतं. पण कुंभीला कसलीच सुधारणा झाली नव्हती. गेली शंभर वर्ष काळोखातच दिवस कंठीत असलेल्या कुंभीत दहा वर्षांपूर्वी वीजपुरवठा सुरू झाला होता. कच्च्या मातीच्या रस्त्यावर डांबर पडलं होतं. तेही एकदाच. राजापुरातून दिवसातून एकदा एस. टी. कुंभीतून पुढच्या गावाला जाऊन राजापूरला परत जायची. तेवढाच काय तो बाहेरच्या जगाशी संपर्क. विनायकाच्या आजोबांनी, प्रभाकरपंतांनी, तिथं घर बांधलं होतं तेव्हा तर सगळीकडे जंगलंच होतं म्हणे!

आजही कुंभी हे केवळ तीनशे-साडेतीनशे वस्तीचंच गाव आहे. त्यांतही नानामामाचं घर मुख्य वस्तीपासून लांब, गावाच्या एका टोकाला आहे. त्यामुळे गावाशी संबंध नाहीच. गावांत ना अजूनही मोठी शाळा, ना डॉक्टर. सगळ्या गोष्टींसाठी वीस कि.मी.वरच्या तालुक्याच्या गावाला जावं लागतं.

''तू येणार आहेस ना माझ्याबरोबर?'' विनायकानं विचारलं.

''होय तर; पण माझी रजा पुढच्या आठवड्यापासून मंजूर झाली आहे. त्यामुळे तू पुढं जा. मी येतोच मागोमाग'' मामा म्हणाला.

''तिथली व्यवस्था काय केली आहेस? मी कुठं राहू?'' जेवणाखाण्याचं काय? विनायकनं विचारलं.

''त्याची काही काळजी करू नकोस. मी अवधूतला सगळं सांगून ठेवलंय. तुला थोडं लांब जावं लागेल त्याच्याकडे.'' मामानं सांगितलं. अवधूत हा नानामाच्याच वयाचा, त्याचा मानलेला भाऊ. पण तो कधी कुंभीच्या बाहेर पडलाच नाही. थोडीशी आंब्याची झाडं, नारळी, पोफळीची झाडं आणि गावातलं एकमेव किरकोळ गोष्टी मिळण्याचं दुकान एवढ्यावर तो तिथंच बायको मुलाबरोबर तग धरून राहिला होता. राजापुरातून भाज्या, किराणा माल आणून दुकानातून विकत होता. त्यामुळे खरेदीसाठी गावातून नेहमी कोणीना कोणीतरी त्याच्याकडे येत असायचंच.

''घरांत लाईट कनेक्शन आहे का? आणि पाण्याचं काय? मोबाईलचं नेटवर्क मिळतं का?'' विनायकाचे प्रश्न काही संपत नव्हते.

''अरे हो बाबा, सगळं आहे. अवधूत दर महिन्याचं लाईटचं बिल भरतो. त्यामुळे तो चालू असेलंच. पाणी पंप लावून तुला विहिरीतून घ्यावं लागेल. पंपाचा मीटर विहिरीसमोरच्या गोठ्याच्या इमारतीत आहे. मोबाईलची रेंज मात्र खाली खाडीजवळ गेल्यावरंच मिळते, असं अवधूत म्हणत होता.'' एवढं सांगून झाल्यावर विनायकाचा पुढचा प्रश्न आधीच ओळखून मामा पुढे म्हणाला,

''आपल्याकडे दत्तू गडी होता तो तुला आठवतोय ना? त्याचा मुलगा गावातंच राहतो. अवधूतनं त्याला घर स्वच्छ करून घ्यायला बोलावून ठेवलंय. तो येईलच.''

''ठीक आहे. मग मी निघतो परवाच्या दिवशी'' विनायकने म्हटलं. ठरल्या दिवशी सकाळच्या एस. टी. ने तो निघाला. राजापूरला उतरून कुंभीवरून जाणारी संध्याकाळची एस. टी. पकडून तो जेव्हा घराजवळच्या पिंपळाच्या पाराच्या थांब्याला उतरला, तेव्हा सूर्य मावळतीकडे झुकला होता. हातातली बॅग खांद्याला अडकवून तो घराला लागून असलेली घाटी उतरू लागला. घाटीत भरपूर पालापाचोळा पडलेला होता. त्यातून वाट काढीत तो घरापाशी पोचला.

अनेक वर्षं दुर्लक्षित राहिलेल्या त्या घराची अवस्था मोठी दारुण आणि दयनीय झालेली दिसतंच होती. घराच्या छपरावरची कौलं अनेक ठिकाणी फुटली होती. चारही बाजूच्या भिंतींवरून ठिकठिकाणी कोळिष्टकं लोंबत होती. पडवीचे रेजे जळमटांनी भरून गेले होते. अंगणाच्या बाजूनं लावलेली सगळी फुलझाडं करपून गेली होती. फणसाचं झाड जेमतेम तग धरून उभं होतं. तुळशीचं वृंदावन आणि दोण पालापाचोळ्यानं भरून गेली होती. उजव्या बाजूला असलेल्या स्नानगृहाचं छप्पर आणि बाजूचे पत्रे उडाले होते आणि आतल्या काळवत्री दगडाच्या पाथरीच तेवढ्या दिसत होत्या ! अंगणाला लागून असलेलं आंब्याचं वठून गेलेलं आणि अस्ताव्यस्त वाढलेलं जुनं झाड तेव्हढं शिल्लक होतं.

अंधार झपाट्यानं दाटून येत होता. त्या तशा कातरवेळी ते उध्वस्त घर उघडून बघण्यात काहीच अर्थ नव्हता. त्यामुळे विनायकने घराचं कुलूप काढायचा बेत रद्द केला आणि तो तिथून थोडं दूर असलेल्या अवधूतच्या घराकडे निघाला. अंगणाच्या पायऱ्या उतरून तो खाली आला आणि सगळीकडे पसरलेल्या काट्याकुट्यातून, पालापाचोळ्यातून आणि झाडाझुडुपातून वाट काढीत अवधूतच्या घरी पोचला.

अवधूतनं त्याच्या घराभोवती मोठमोठे दगड लावून एक उंच भक्कम कुंपण करून ठेवलं होतं. त्यात एक अगदी अरुंद अशी, जेमतेम एक माणूस जाऊ-येऊ

शकेल एवढीच जागा ठेवलेली होती. विनायकाला आठवलं नानामामा त्या कुंपणाला तिथल्या भाषेत 'गडगा' म्हणत असे.

विनायक गडग्याच्या त्या अरुंद जागेतून आत आला.

अवधूतचं घर त्याच्याकडे सुट्टीसाठी आलेल्या पाहुण्यांनी आणि मुलाबाळांनी अगदी गजबजून गेलं होतं. अंगणात पाहुण्यांसमवेत खुर्ची टाकून बसलेल्या अवधूतने विनायकाला येताना बघितलं आणि तो पटकन् चालत पुढे येत म्हणाला,

''ये, विन्या ये. मला वाटलंच होतं की तू एवढ्यात येशीलच. एस. टी. पारावरून पुढे गेल्याचा आवाज मी ऐकला होता.'' असं म्हणत एक खुर्ची पुढे सरकवत सरकवत आणि पाहुण्यांकडे बघत म्हणाला,

''हा विनायक. लांबच्या नात्यानं माझा भाऊच लागतो. शेजारचं जे घर आहे ना ते याच्या मामाचं. तिथं आलाय.'' आणि विनायकाकडे बघून म्हणाला,

''हे माझ्या बहिणीचे यजमान. सांगलीला असतात. चार दिवस आलेत सगळे. तू चहा वगैरे घे. ताजातवाना हो. मग बोलू. घरी जाऊन आलास की नाही?''

''हो. तिकडे जाऊनच आलो. पण काळोख व्हायला लागला होता म्हणून घर नाही उघडलं. उद्या जाईन सकाळी'' विनायकानं सांगितलं.

''ठीक आहे. मीही येईन उद्या तुझ्याबरोबर. बरेच दिवस झाले. मलाही जाऊन यायला नाही जमलं. नानानं घराची किल्ली देऊन ठेवलीय. पण वेळच होत नाही रे'' अवधूत म्हणाला.

☙ २ ❧

दुसऱ्या दिवशी सकाळीच अवधूतला बरोबर घेऊन विनायक घरी गेला. दार उघडून दोघे आता गेले आणि घरात वास्तव्याला आलेली एक दोन वटवाघळं फडफडत त्यांच्या डोक्यावरून बाहेर पडली. दोघेही क्षणभर दचकलेच.

घराचा कोपरान् कोपरा धूळ, कोळिष्टकं आणि जळमटं यांनी भरून गेला होता. घर पूर्ण स्वच्छ केल्याशिवाय तिथं राहणंच शक्य नव्हतं.

''अवधूत दादा, तू दत्तूच्या मुलाला सांगून ठेवलं आहेस ना?'' विनायकानं विचारलं.

''काल रात्रीच निरोप दिलाय. इथंच बोलावलंय. येईलचं इतक्यात.'' अवधूत म्हणाला.

बोलत बोलत दोघांनी घरातल्या सगळ्या आतल्या खोल्यांचे दरवाजे उघडून टाकले. स्वयंपाकघर, कोठाराची खोली उघडून झाल्यावर मागच्या बाजूची दत्तूची खोलीही उघडली. त्या सगळ्या उध्वस्त खोल्यांकडे बघून विनायकाच्या काळजात कालवाकालव होत होती. नाही म्हटलं तरी वयाच्या आठव्या वर्षापर्यंत तो कुंभीला आजोबांकडे म्हणून मुंबईहून अधूनमधून येतंच होता. नंतर मामाही कुंभीतून तडकाफडकी मुंबईला आला आणि त्यामुळे विनायकाचं कुंभीला येणं कमी होत गेलं आणि जपानला आय. टी. कंपनीत नोकरी लागल्यावर तर कुंभीला जाणं जमलंच नाही. मामाकडून कुंभीला घडणाऱ्या घटना कळत होत्या. त्याचे आजोबा म्हणजे प्रभाकरपंत अनेक वर्षं तिथं रहात होते. सगळं गांव त्यांना 'आबा' म्हणून ओळखत होते. ते गेल्यापासून घराची झालेली वाताहात, मामाचं त्याआधीच मुंबईला जाऊन राहणं हे सगळं विनायकाला कळलं होतं. पण ते तेवढंच. खूपशा गोष्टी त्याला अजूनही

माहीतंच नव्हत्या.

दत्तूचा मुलगा येईपर्यंत आबा रहायचे त्या पडवीच्या उजव्या बाजूची जागा स्वच्छ करून घ्यावी म्हणून दोघंही तिथं आले आणि आत झालेली पडझड विनायकाच्या डोळ्यांत खचकन् रुतून गेली. तिथल्या कपाटातल्या पुस्तकांचा वाळवी लागून अगदी भुसा झाला होता. आबांना निरनिराळी पुस्तक वाचून रेडिओ तयार करण्याचा विलक्षण छंद होता. रेडिओचे अनेक लहान लहान भाग अजूनही खोलीतल्या कोपऱ्यात पडून होते.

''तुझे आजोबा फार हरहुन्नरी होते म्हणे. मी माझ्या लहानपणी बघितलंय त्यांना.'' विनायकाकडे बघत अवधूत म्हणाला.

''ते बरंच काही होते असं नानामामा अगदी अलीकडे चिडून म्हणत होता. मलाही तो असं का म्हणतो ते नीटसं माहीत नाही. आता दोन दिवसांनी आला की इथला सगळा इतिहास समजून घेणार आहे त्याच्याकडून'' विनायक म्हणाला; पण तेवढ्यात पडवीच्या भिंतीत थोड्या उंचावर असलेल्या तुटलेल्या खिडकीतून काहीतरी धपकन् खाली पडलं. दोघंही त्या आवाजानं एकदम गडबडून गेले.

विनायकानं पुढे होऊन खाली पडलेली ती वस्तू उचलली. ते एक अति जीर्ण झालेलं खोकं होतं. वर उचलताच त्यातून विडीची अनेक बंडलं आणि थोटकं खाली पडली. त्यांच्याबरोबरच खोक्यात खाली अडकलेला एक फोटोही खाली पडला. विनायकानं तो उचलला. पिवळ्या पडलेल्या त्या फोटोत अस्पष्ट आणि अंधुक दिसणारी व्यक्ती एक तरुण मुलगी असावी असं वाटत होतं.

''मोठे शौकीनही होते म्हणे तुझे आजोबा'' अवधूत म्हणाला. त्याचं ते बोलणं विनायकाला रुचलं नाही.

''अनेक गोष्टींमुळे नानामामाचं त्याच्या बाबांशी, आबांशी, वितुष्ट होतं. पण नेमकं कशामुळे ते मलाही धड माहीत नाही.'' आपली नाराजी लपवत विनायक म्हणाला आणि खाली पडलेला तो फोटो तिथंच कोपऱ्यात टाकून देत बाहेर पडला. मुख्य दरवाजाच्या डावीकडे असलेल्या झोपाळ्याची एक कडी सुटल्यामुळे तो तिरका होऊन खाली जमिनीला टेकला होता.

''गोंद्या आला की त्याच्याकडून ही झोपाळ्याची कडी लावून घे; म्हणजे बसायला जागा तरी होईल'' अवधूत म्हणाला.

''गोंद्या कोण?'' विनायकाने विचारलं.

''दत्तूचा मुलगा रे, गोविंदा. त्याला सगळे गोंद्याच म्हणतात. बरं, मी जातो घरी आता. गोंद्या आला की घे सगळं स्वच्छ करून आणि या दोघेही दुपारी घरी

जेवायला'' असं म्हणत दोघेही अंगणात आले आणि अवधूत निघू लागला. इतक्यांत विनायकाची नजर समोरच्या दरवाजाकडे गेली. मागच्या बाजूच्या दरवाजातून कोणीतरी त्यांच्याकडे येताना दिसलं. विनायकानं ओळखलं. तो दत्तू होता!

विनायक गोंधळून गेला. कारण दत्तू सात-आठ वर्षांपूर्वीच पावसाळ्यांत नानामामा तिथं आलेला असताना त्याच्या मदतीला आला होता तेव्हां घराजवळच आंब्याचं झाड अंगावर पडून गेला होता. जवळ येणाऱ्या दत्तूकडे आश्चर्यानं पहात विनायक जवळजवळ ओरडलाच,

''दत्तू...''

विनायकाचा भयग्रस्त आवाज ऐकून अवधूत थांबला आणि परत येत ओरडून म्हणाला,

''विनायक, काय रे, काय झालं?''

तोपर्यंत ती व्यक्ती दारात येऊन उभी राहिली होती. त्याच्याकडे बघत अवधूतने विचारलं,

''गोंद्या ? मागसून इलंस की काय?''

''व्हय. माका वाटला तुमी मागल्या बाजूक असशाल'' गोंद्या म्हणाला.

''अरे हा गोंद्या. दत्तूचा मुलगा. अगदी त्याच्यासारखाच दिसतो ना?'' अवधूत विनायकाला म्हणाला.

''अगदी तसाच दिसतो ना? मला क्षणभर दत्तूच घरातून येतोय असं वाटलं'' विनायकाला थोडं हायसं वाटलं.त्यानं दत्तूला अगदी लहान असताना बघितलं होतं. गोविंदाची चालण्याची, बोलण्याची ढबही अगदी दत्तूसारखीच होती. दत्तूपेक्षा तो किंचित जास्त दणकट होता हाच काय तो फरक.

''घर स्वच्छ करूच्या साठी काय हाडलंय नाय काय?'' अवधूतनं त्याला विचारलं.

''मोठी झाडणी घेऊन इलंय. मागच्या पडवीत ठेवलंय'' गोंद्या म्हणाला.

''मी जातो आता विनायका. गोंद्याकडून घे सगळं करून'' अवधूत असं म्हणून निघाला.

विनायकानं गोविंदाला आपली ओळख करून दिली. त्याच्या वडिलांना म्हणजे दत्तूला तो किती जवळून ओळखत होता तेही त्यानं सांगितलं. गोविंदानंही नानामामाच्या घराबरोबर आपले कसे जवळचे संबंध होते ते सांगितलं. कुंभी गावातच त्याच्या वडिलांचं म्हणजे दत्तूचं घर आणि थोडी जमीन होती. दत्तू अनेक वर्षे प्रभाकरपंतांच्या घराच्या मागच्या खोलीत रहात होता. दत्तूला ती खोली प्रभाकरपंतानीच बांधून दिली

होती. प्रभाकरपंतांचा म्हणजेच आबांचा दत्तूच्या सगळ्या घराला मोठाच आधार होता. दत्तू गेल्यापासून घराची सगळी जबाबदारी गोविंदावरच येऊन पडली होती. आई, बायको आणि मुलगी यांच्या उदर्निर्वाहासाठी आबांनी दिलेल्या जमिनीत होणारी शेती आणि गावांत मिळणारी लहान मोठी कामं त्याला पुरत होती.

नानामामाच्या घरातल्या कोणालाच गोविंदानं कधी बघितलं नव्हतं. नानामामा अधूनमधून कुंभीला यायचा. त्यामुळे त्याला गोविंदानं बघितलं होतं.

गोविंदानं घर स्वच्छ करून घ्यायला सुरुवात केली आणि विनायक घरातले लाईट चालू आहेत का ते बघू लागला. घरात प्रत्येक खोलीत एक बल्ब लोंबत होता आणि बाहेरच्या पडवीत जिथे नानामामा आला की राहायचा, तिथं एक पंखा कोपऱ्यात उभा करून ठेवलेला होता. एकही लाईट लागत नव्हता म्हणून मेन स्विच बघण्यासाठी विनायक घराच्या बाहेर आला. बाहेर उजव्या बाजूला असलेल्या पाथरीच्या वरच्या बाजूला एक पत्र्याचं खोकं लोंबकळत होतं. त्यानं ते काळजीपूर्वक उघडलं आणि नानामामानं चार वर्षांपूर्वी बंद करून ठेवलेल्या मीटरचा खटका थोडा जोर लावूनच खाली ओढला. मीटर चालू नव्हता!

''दुपारी अवधूतला सांगून काम करून घ्यायला हवं.'' असा विचार करत तो आत आला. आजोबांच्या खोलीत टाकून दिलेला अपरिचित तरुणीचा फोटो उचलून त्यानं त्याच्या मोबाईलवर असलेल्या कॅमेऱ्यानं त्याचा एक फोटो काढून ठेवला. संध्याकाळी खाली खाडीजवळ जाऊन मोबाईलला रेंज मिळाली तर नानामामाशी त्याबद्दल बोलायचं ठरवून!

दुपारी दोघांना जेवायला अवधूतकडे जायचं होतं; पण अवधूतनंच त्याच्या मुलाबरोबर दोघांचा जेवणाचा डबा पाठवून दिला.

''विनू दादा, बाबांनी सांगितलंय की इतक्या उन्हाचं घरी यायला नको म्हणून त्यांनीच जेवणाचा डबा पाठवला आहे. चार वाजता चहा पण पाठवतो म्हणाले.'' अवधूतच्या मुलानं विनायकाला त्याच्याकडे डबा देत सांगितलं.

''अरे आम्ही आलो असतो की घरी. एवढं कुठे ऊन आहे? आणि चहा पाठवू नको म्हणून सांग बाबाला. आम्ही काम आटपून येऊच घरी पाच वाजेपर्यंत.'' विनायकानं त्याला म्हटलं.

''बरं, बरं. सांगतो तसं.'' असं म्हणत अवधूतचा मुलगा लगेचच माघारी वळला.

तो गेल्यावर विनायक पुन्हा घरातल्या खोल्या किती स्वच्छ झाल्यात ते बघायला आत गेला. कोठार असलेल्या खोलीत अजूनही जळमटं आणि कोळिष्टकं

तशीच लोंबत होती. खोलीच्या कोपऱ्यातल्या भिंतीत असलेल्या खिडकीचं तुटकं दारही गोविंदानं उघडलं नव्हतं. बहुदा तो तिथं आलाच नव्हता. खिडकी उघडायला तो तिथपर्यंत गेला आणि तेवढ्यात खोलीतला लाईटचा दिवा लागला. त्या मंद पिवळ्या प्रकाशात ती खोली आणखीनच भेसूर दिसू लागली.

विनायक गोंधळून गेला. मगाशी त्यानं बघितलं तेव्हा मीटर बंद होता. कदाचित तो बिघडल्यामुळे तिथला दिवा लागला नसेल आणि लाईटही गेलेले असतील, असं वाटून तो पटकन् बाहेर आला. सकाळी त्यानं चालू करून ठेवलेले सगळे दिवे आता लागले होते. नानामामानं लावलेल्या पंख्याची घरघरही ऐकायला येत होती.

विनायकाला हायसं वाटलं. म्हणजे लाईट चालू आहेत म्हणायचं! असा विचार करीतच त्यानं गोविंदाला हाक मारीत म्हटलं,

''लाईट आले रे गोविंदा''

''होय, होय. आता उशीर झालो तरी काम करूक जमात. आत येवा आणि बघा किती काम झाला हा ता.'' गोविंदा आतूनच ओरडून म्हणाला.

संध्याकाळपर्यंत आबांची आणि कोठाराची खोली वगळता सगळं घर गोविंदानं स्वच्छ करून घेतलं. त्याचं काम बघून विनायक खूश झाला.

''तुला पैसे सगळं काम झाल्यावर देऊ की आत्ताच देऊ?'' त्यानं विचारलं.

''सगळा काम झाल्यावरंच देवा. बावडी पण उपसुची आसात ना? आता लायट पण इली हा.''

विहीर उपसून काढायला हवीच होती. नानामामा येण्यापूर्वी पाण्याचीही सोय करून ठेवायला हवी होती. तरच दोघे तिथं राहू शकले असते.

''होय. उद्या घेऊ विहीर उपसून. तू आता अवधूत दादाकडे जा आणि चहा घेऊन घरी गेलास तरी चालेल. उद्या ये सकाळीच. मी खाली खाडीवर जाऊन मामाला फोन लागतो का, ते बघून घरी येतो असं सांग अवधूतदादाला'' विनायक त्याला म्हणाला आणि घराला कुलूप न लावताच खाडीकडे निघाला.

विनायकाच्या नशीबानं मोबाईलला रेंज दिसत होती. फोन करण्यापूर्वी त्यानं आजोबांच्या खोलीत मिळालेला तो फोटो मामाला पाठवला आणि मग त्यानं फोन केला. तो लगेच लागला.

''मामा, विनायक बोलतोय.''

''हां. बोल विन्या. कसं चाललंय?'' मामानं विचारलं.

विनायकानं सगळं सविस्तर सांगितलं आणि म्हटलं,

''तुला एक फोटो पाठवलाय. आजोबांच्या खोलीत सापडला. बघितलास

का?'' त्यानं विचारलं.

''थांब हां. बघतो. फोन चालूच ठेव.'' मामा म्हणाला आणि पुन्हा मिनिटभरानं बोलू लागला,

''तू ओळखला नसशीलच फोटो. कारण तू जपानला गेल्यावरच ही बया आली होती कुंभीच्या आपल्या या घरांत. हिच्यामुळेच तर पुढचं सगळं रामायण घडलं.'' मामाच्या बोलण्यांत पराकोटीचा संताप जाणवत होता.

''म्हणजे? मी नाही समजलो.'' विनायकानं म्हटलं.

''आलो की सांगतो सगळं. ते महत्त्वाचं नाहीये. तिथे काही अडचण नाही ना?'' मामानं विचारलं.

''अजूनतरी काही नाही. लाईटही आहेत. उद्या विहीर पंप लावून उपसून घेतो. पंप आहे ना चालू स्थितीत?'' विनायकानं विचारलं.

''असेल बहुधा. त्याचा मीटर गोठ्यांत आहे हां.'' मामानं सांगितलं आणि पुन्हा म्हणाला,

''दोन दिवस राहा अवधूतकडे. मी आल्यावर करू घरातच सगळं. अवधूतकडूनच आणू लागतील त्या गोष्टी.''

''अरे पण जेवण करायला भांडी नकोत का?'' विनायकानं विचारलं.

''कोठाराच्या खोलीत मोठी पेटी आहे. त्यात आहे सगळं. पेटी कसली? मोठा पेटाराच आहे म्हटलंस तरी चालेल.'' मामानं सांगितलं.

''त्या खोलीत इतकी कोळिष्टकं आणि अंधार आहे की मला काही नीटसं दिसलंच नाही. उद्या गोविंदाला सांगून घेतो त्यातली भांडी काढून. तू ये लौकर इकडे.'' असं म्हणून विनायकानं फोन बंद केला आणि तो अवधूतच्या घरी निघाला. तो निघाला तेव्हां आजूबाजूच्या परिसरात काळोख झपाट्यानं भरू लागला होता. वाट फारशी परिचयाची नव्हती त्यामुळे विनायक थोडा धास्तावला होता. त्याच्या मोबाईलच्या बॅटरीचा उजेड खूप चांगला होता. त्याचा त्याला नक्कीच आधार वाटत होता.

काळोख आणखी गडद झाला आणि विनायकानं खिशात टाकलेला मोबाईल बाहेर काढला. त्याचा मोबाईल पूर्णपणे डिस्चार्ज झाला होता! विनायकाचं उसनं अवसान एकदम गळून गेलं. आता अंदाजानंच अवधूतचं घर गाठायला हवं होतं.

त्या तसल्या गडद काळोखांत, पायाखालच्या पाल्यापाचोळ्यातून चालताना होणारा आवाजही त्याला घाबरवून टाकत होता. ठेचकाळत तो तसाच पुढे चालत राहिला आणि इतक्यात थोड्याशा अंतरावर त्याला एक पणतीसारखा तेवणारा दिवा

अधांतरी स्थिर असल्यासारखा दिसू लागला. त्याला थोडं बरं वाटलं; पण ते तेवढंच. कारण दिवा अधांतरी आहे, पण फार उंचीवरही नाहीये आणि बहुदा आपल्या मार्गातच आहे असं वाटून तो आणखीनच घाबरला.

विनायक धास्तावलेल्या मन:स्थितीतच पुढं निघाला. ती पणती आता त्याच्या अगदी जवळ; पण रस्त्याच्या बाजूला मिणमिणंत होती! विनायक चार पावलं आणखी पुढे आला आणि त्याला ती पणती एका कठड्यावर ठेवलेली दिसली. विनायक धीर करून तिथपर्यंत पोचला. तो एका विहिरीभोवती बांधलेला कठडा होता.

विहीर फार मोठी नसावी. काळोखात काहीच अंदाज येत नव्हता. तो विहिरीजवळून आणखी थोडा पुढे गेला, आणि त्याच्या लक्षात आलं की त्या मिणमिणत्या पणतीचा प्रकाश खूप लांबवर पसरला आहे आणि समोर काही अंतरावरंच अवधूतचं घर आहे!

विनायक पूर्णपणे भांबावून गेला आणि तसाच झपाझप पावलं टाकत घरी पोचला.

घराच्या अंगणातून त्यानं मागं वळून पाहिलं. सगळीकडे मिट्ट काळोख होता! विनायकाला दरदरून घाम फुटला. त्यानं अंगणातून घरांत नजर टाकली. दरवाजात अवधूत उभा होता आणि घरांतून मुलाबाळांचा गलका ऐकायला येत होता.

''उशीर झाला तुला यायला. फोन झाला का? भेटला का नानामामा फोनवर? आणि इकडून कुठून आलास?'' दारांतून पायऱ्या उतरत खाली येत अवधूतनं विचारलं.

आपल्याला आलेला अनुभव आणि वाटलेली भीती त्याला न सांगता विनायक आश्चर्यानं म्हणाला ''म्हणजे खाडीकडून येतांना तुम्ही इकडून नाही येत?''

''नाही. ही वाट थोडी लांबची आहे. शिवाय झाडंझुडपंही आहेत या वाटेवर बरीच. काळोख झाल्यावर तर कधीच कोणी येत नाही या वाटेनं'' अवधूतनं सांगितलं.

''आलो कसाबसा घरापर्यंत. वाटेत एक विहीरही आहे वाटतं?''

''बरीच जुनी आहे ती. खूप खोल आहे. अनेक वर्ष ती वापरात नव्हती. म्हणून ती बुजवून टाकायचा प्रयत्न करून बघितला. पण ते काही जमलं नाही म्हणून तिच्याभोवती एक चांगला कठडा करून घेतला.'' थोडं थांबून अवधूत म्हणाला तुझ्या आजोबांनी म्हणजे प्रभाकरपंतांनीच ती विहीर तोडून घेतली होती.

''पण ही विहीर तर तुमच्या जागेत आहे ना?'' विनायकानं न उमजून विचारलं.

''आम्ही राहतो ते घर आणि आजूबाजूचा हा सगळा खाडीपर्यंतचा भाग तुझ्या आजोबांच्याच मालकीचा होता असं माझे बाबा सांगायचे'' अवधूत म्हणाला.

विनायकाला वाटलं की म्हणूनच कदाचित वाट दाखवायला आजोबांनी त्या

मिणमिणत्या दिव्याची अंधारात आपल्यासाठी योजना केली होती! त्या विचारानं त्याचं मन एकदम आश्वस्त आणि शांत झालं. तो म्हणाला,

''ह्या सगळ्या गोष्टी खरंच एकदा नीट समजावून घ्यायला हव्यात. तुझ्याकडून आणि नानामामाकडून.''

''मला तसं फारसं काही माहीत नाही. लोकांच्या बोलण्यातूनही काही काही कळत असतं. पण तुझा मामा तुला सगळं सविस्तर नक्कीच सांगू शकेल.''

''लोकांकडून काय कळलं आहे तुला?''

''हेच की आबा किती उमद्या स्वभावाचे, प्रेमळ आणि सगळ्यांना मदत करणारे होते. दिसायलाही तितकेच देखणे आणि रुबाबदार होते. गावातल्या लोकांना त्यांचा नेहमीच मोठा आधार वाटायचं, असं सगळेच म्हणतात.'' अवधूत सांगत होता. तेवढ्यात त्याची पत्नी, उमा, दारातून त्याला म्हणाली,

''अहो, तुम्ही जेवून घ्या आता. मुलांची आणि पाहुण्यांची झाली जेवणं.''

''हो हो आलोच. चल रे विनायक'' अवधूत म्हणाला.

''अवधूत दादा, मामा आल्यावर आम्ही आमच्या घरीच जेवण करू आणि तिथेच राहू. तुझ्याकडे बरीच पाहुणे मंडळीही आली आहेत. उमा वहिनीलाही खूप काम पडतंय'' विनायक आत येता येता म्हणाला. उमानं ते ऐकलं. ती म्हणाली,

''काही कामं वगैरे पडत नाहीयेत बरं का विनायका.'' इथं आहात तोवर आमच्याकडेच जेवा आणि राहा. आणि ही पाहुणेमंडळीसुद्धा १/२ दिवसांनी परत जायची आहेत.

''पण उमा''

''काही पण नाही नी बीण नाही. मी बघतेच कसा येत नाहीस ते. बरं ते जाऊ दे. आई, बाबा कुठं आहेत सध्या?''

''माझ्याबरोबरच असतात ते जपानमध्ये.'' विनायक म्हणाला.

''आणि लग्न केव्हा करतोयस? मी एक मुलगी बघून ठेवलीय तुझ्यासाठी. मामा आल्यावर राहणार आहेस ना काही दिवस?'' उमानं विचारलं.

''मामा आल्यावर राहू एक-दोन दिवस. पण पुढच्या आठवड्यात जावंच लागेल मला परत जपानला.''

उमाला विनायक खरं म्हणजे तिच्या लग्नाआधीपासूनच ओळखत होता. तिला जेव्हा अवधूतच्या बाबांनी लग्न ठरविण्याच्या वेळी 'तुझ्याबद्दल जास्त माहिती कोण देऊ शकेल' असं विचारलं होतं, तेव्हा तिनं प्रभाकरपंतांचा नातू विनायक असंच सांगितलं होतं आणि ते खरंच होतं.

मुंबईला उमा त्याच्या घराजवळच राहत होती. विनायकाचे नातेवाईक कोकणात कुंभी नावाच्या गावांत असतात हे उमेच्या बाबांना माहीत होतं. त्यामुळे कुंभीच्या कोणा अवधूत नावाच्या मुलाचं स्थळ आलं म्हटल्यावर त्यांनी विनायकलाच त्याची माहिती विचारली होती. त्यावेळीही विनायकाला अवधूतची फारशी माहिती नव्हती; पण नानामामानं त्याची आणि त्याच्या घरच्या सगळ्यांची, त्यांच्या आर्थिक परिस्थितीची माहिती दिली होती.

उमा त्या घरात अगदी सुखी होती आणि चांगलं स्थळ सांगितल्यामुळे विनायकाबद्दल आपुलकीची भावना बाळगून होती. त्यामुळे तो आल्याचा तिला झालेला आनंद तिच्या चेहऱ्यावर दिसत होताच. कोकणातल्या त्या दुर्गम आणि एकाकी घरी ती फार दिवस राहणार नाही असं विनायकलाच अनेक दिवस उगीचच वाटत होतं! पण तसं काही झालं नव्हतं.

ॐ ३ ॐ

दुसऱ्या दिवशी विनायक उमाकडून चहा करण्यासाठी साखर, चहाची पूड, दूध, एक काडेपेटी आणि कळशीभर पाणी घेऊन त्याच्या घरी गेला आणि पुढचा दरवाजा ढकलून आत आला. कोठाराच्या खोलीत काहीतरी हलल्याचा आवाज ऐकून तो थोडा गोंधळून गेला. सावधपणे तो खोलीत गेला. अजूनही खोलीत पुरेसा सूर्यप्रकाश आला नव्हता. सगळ्या खोलीत धूसर उजेड भरून राहिला होता. त्यात नीटसं काही दिसत नव्हतं. खोलीत असलेली एक मोठी पेटी गोविंदा ढकलून पुढे आणत असल्यासारखं काहीतरी त्याला जाणवलं. तो दत्तू असावा असंही त्याला क्षणभर वाटलं. तो आणखी थोडा पुढं झाला.

''गोविंदा, तू कधी आलास?'' विनायकनं विचारलं. पण त्याला काहीच उत्तर मिळालं नाही आणि खोलीत कोणी दिसलंही नाही. विनायक घाबरला आणि पटकन् खोलीबाहेर पडला. मुख्य दरवाजात गोविंदा उभा होता!

''आज कोठाराची आणि आजोबांची खोली नीट करून घेतय. मगे बावडी उपसून घेवया'' तो आत येत म्हणाला. आपल्याला काहीतरी भास झाला असेल असं समजून विनायक कोठाराच्या खोलीत काय दिसलं त्याबद्दल काहीच बोलला नाही.

''होय. तसाच करूक हया'' असं म्हणून तो आतल्या स्वयंपाकाच्या खोलीकडे वळला. विनायकलाही थोडंफार मालवणी बोलता येत होतं.

गोविंदानं स्वयंपाकाची खोली छान स्वच्छ केली होती. मातीच्या चुली तुटल्या असल्या तरी वापरता आल्या असत्या. तो घराच्या मागच्या बाजूला गेला आणि तिथल्या वाळलेल्या झाडांच्या फांद्या तोडून त्यानं त्यांचे लहान तुकडे केले आणि आजूबाजूची वाळलेली पानं घेऊन तो आत आला. येता येता कोठाराच्या खोलीत डोकावला.

गोविंदाची खोली स्वछ करून झाली नव्हती.

''गोविंदा, थांब जरा. मी चहा करणार आहे. त्यासाठी भांडी मिळतात का बघूया त्या पेटीत नाहीतर कोठारात'' विनायक म्हणाला.

''येवा. बघूया'' गोविंदानं हातातला झाडू खाली टाकला आणि तो पेटी पुढे ओढू लागला.

दोघांनी ती नुसतीच कडी घालून ठेवलेली पेटी उघडली.

त्यांत असलेली सगळी भांडी चांदीची होती! दोघेही ती बघून थक्क झाले.

''काय हो ह्या मालकानू ?'' गोविंदा उद्गारला.

''अजून हे वैभव टिकून आहे, कोणाच्या नजरेला पडलं नाही हे खरंच मोठं आश्चर्य आहे गोविंदा'' विनायक म्हणाला.

''मामांका इचारा फोन करून त्यांका तरी माहीत हा का ?'' गोविंदानं सुचवलं.

विनायकालाही तसंच वाटत होतं. संध्याकाळी फोन करून त्याला विचारू असं ठरवून आणि पेटीतलं एक भांडं घेऊन तो स्वयंपाकाच्या खोलीत गेला. चहा झाल्यावर दोघे पुन्हा कोठाराच्या खोलीत गेले.

खोलीत उजव्या कोपऱ्यात भिंतीला टेकून एक भलं मोठं लाकडी कोठार होतं. त्याचं झाकण वर उचलायला दोघांनाही खूप ताकद लावावी लागली.

झाकण वर गेल्यावर जे दिसलं त्यानं दोघेही आश्चर्यचकित झाले. कोठारात एक बाजूला नीट घड्या करून चादरी, सतरंज्या, गोधड्या, उशा एकावर एक लावून ठेवलेल्या होत्या. दुसऱ्या बाजूला काही फोटो फ्रेम्स आणि लाल कापडात बांधलेल्या काही पोथ्या होत्या.

कोठारातल्या सगळ्या वस्तू जणू कोणीतरी आत्ताचं ठेवल्या असाव्यात असं दिसत होतं. सगळ्या घराची अवस्था इतकी उद्ध्वस्त झाली असताना कोठरातल्याच ह्या सगळ्या गोष्टी इतक्या नीटनेटक्या आणि स्वच्छ कशा? दोघेही सुन्न होऊन त्या उघडलेल्या कोठारात बघत होते. क्षणभरानं भानावर आल्यावर विनायक म्हणाला,

''काही कळत नाही गोविंदा. माझा तर फार गोंधळ होतोय. थोडी धास्तीही वाटतेय.''

''अवधूत दादांका विचारा. त्यांनी ठेवल्यानी काय ता विचारून घेया?''

''त्यानं सांगितलं नसतं का?''

''सांगूक इसारले असतले.''

''मला नाही तसं वाटंत. पण विचारतो संध्याकाळी,'' असं म्हणत विनायकानं कोठरातल्या त्या फोटो फ्रेम्स बाहेर काढल्या आणि त्या घेऊन तो बाहेर झोपाळ्यावर

येऊन बसला. एका फोटोत त्याची आई आणि नानामामा दिसत होते. त्यांच्यामध्ये उभे होते आजोबा. दुसरा फोटो त्याच्या जानकी आजीचा आणि आजोबांचा म्हणजे आबांचा होता. तिसऱ्या फोटोतली व्यक्ती मात्र त्यानं कधी बघितल्याचं त्याला अजिबात आठवत नव्हतं. थोड्याश्या धूसर झालेल्या त्या फोटोतल्या स्त्रीचा चेहरा कुठंतरी पाहिल्यासारखा आभास त्याला होत होता पण काही अंदाज येत नव्हता. त्यानं मोबाईलवर त्या फोटोचा एक फोटो घेऊन ठेवला, संध्याकाळी मामाला दाखविण्यासाठी.

त्यानंतर त्यांनी आजोबांची खोलीही स्वच्छ करून घेतली. घरातले लाईट चालू होते म्हणजे वीज होती त्यामुळे दुपारी जेवण येईपर्यंत विहिरीचं पाणी उपसायला पंप लावावा असा विचार करून विनायक गोठ्याच्या इमारतीत असलेला मीटर चालू आहे का ते पाहायला निघाला.

अंगणाच्या पायऱ्या उतरून खाली येत असतानाच अवधूतच्या घराच्या दिशेनं येत असलेली उमा त्याला दिसली.

''उमा ? तू?'' ती जवळ आल्यावर त्यानं आश्चर्यानं विचारलं.

''तुमचा दोघांचा जेवणाचा डबा घेऊन आलेय.'' ती म्हणाली.

''पण सगळी कामं सोडून तू कशाला आलीस? पाठवायचं ना दुसऱ्या कोणालातरी''

''तुझा अवधूत दादाचं येणार होता. पण मीच म्हटलं त्यांना की मला घर किती स्वच्छ झालय आणि आता कसं दिसतंय ते बघायचं आहे म्हणून.''

''अजून सगळं नीट नाही झालंय. चाललंय हळूहळू''

''चल, बघू तर खरं किती झालंय ते'' असं म्हणत ती पायऱ्या चढून वर अंगणात आली.

''विहीर उपसून घेणार आहे. पंप चालू होतोय का ते येतो बघून'' विनायक म्हणाला.

''ते बघ नंतर. मलाही वेळ नाहीये. वर ये.'' तिनं त्याला आग्रह केला.

''बरं, चल. आलो मी.'' असं म्हणत तो वर आला.

विनायकबरोबर सगळं घर बघून ती बाहेर आली आणि झोपाळ्यावर बसली.

''खूप छान वाटतंय ना आता घरात?'' तिनं म्हटलं.

''खरंच. खूप प्रसन्न वाटतंय आता.'' विनायक म्हणाला.

''मग राहा की आता इथंच.''

''काहीतरीच काय उमा? नुसतं घर छान केलं की झालं का? इथं राहणं शक्य

नाही म्हणून मामाला घर विकायचं आहे. नाहीतर तोच नसता का आला इथं?''

''ते जाऊ दे. तुला राहायला आवडेल की नाही ते सांग.''

''नुसतं आवडून काय उपयोग उमा? शिवाय माझी गलेलठ्ठ पगाराची जपान मधली नोकरी सोडून इथं येणं म्हणजे मूर्खपणाच नाही का? आणि रहायचं कसं? खायचं काय?'' विनायकानं तिला थोडं वैतागूनंच विचारलं.

''चिडू नको रे. मी कसं म्हणेन राहा इथं असं. मला माहीत का नाहीत इथल्या अडचणी? फक्त आवडेल का, एवढंच विचारलं.'' ती हिरमुसून म्हणाली आणि निघाली.

''सॉरी उमा. उगाच दुखावलं तुला'' तो खजील होऊन म्हणाला.

''जाऊ दे ते आता. आता काय विहीर उपसून घेणार का?''

''असं म्हणतोय. तू पण ये खाली वेळ असला तर.''

''नको रे बाबा. मला खूप भीती वाटते या विहिरीची. खूप खोल आहे.'' तिनं म्हटलं.

''पण तू कधी बघितलीस ही विहीर?''

''आठवत नाही. पण पुन्हा तिथं जायचं धाडस नाही माझ्यात. मी जाते.'' असं म्हणून ती घाईघाईनं निघालीसुद्धा.

गोविंदाला घेऊन विनायक गोठ्याच्या पडक्या इमारतीत गेला. मातीच्या अर्धवट कोसळलेल्या एका भिंतीवर मीटर लटकत होता. तो लगेचच चालू झाला. पण बराच वेळ झाला तरी विहिरीतून पाणी काही वर आलं नाही. विनायकानं मीटर बंद केला आणि तो विहिरीजवळ गेला. त्यानं विहिरीत डोकावून पाहिलं.

विहीर इतकी खोल होती की आत पाणी आहे की नाही आणि असलं तर किती आहे. ते कळतंच नव्हतं, विनायकानं गोविंदालाही विचारलं, त्यालाही काही अंदाज येत नव्हता.

''पाणी हा की नाय बावडीत ताच कळत नाय. किती काळोख असा. भ्या वाटता बघूक'' तो म्हणाला.

उमाही तसंच म्हणत होती.तिलाही त्या विहिरीची भीतीच वाटत होती.

विनायकानं गोठ्यात जाऊन पुन्हा पंप सुरू करण्याचा दोन-तीन वेळा प्रयत्न केला. पण तो सुरूच झाला नाही!

''हा पंप बिघडला बहुतेक. चल गोविंदा, आपण जेवून घेऊया'' असं गोविंदाकडे बघत विनायक म्हणाला,

''उद्या परवा मामा आला की बघेल काय ते. नाहीतर जेवढे दिवस राहू तेवढे

दिवस आणू पाणी अवधूतकडून.''

मुख्य घर आता झाडून स्वच्छ करून झालं होतं. मागच्या बाजूची दत्ता राहायची ती खोली आणि घराच्या भोवतालचा भाग तेवढा राहिला होता. जेवण झाल्यावर तेवढं काम झालं की मग फार काही करायचं नव्हतं.

सगळं झाल्यावर विनायकानं म्हटलं,

''तू आता गेलास तरी चालेल गोविंदा. उद्या ये सकाळी. मी खाडीवर जाऊन मामाला फोन लागतो का ते बघतो.''

''येतंय मगे सकाळी'' असं म्हणून गोविंदही घरी गेला.

साधारण सहा वाजत आले होते.

''काळोख होण्याआधी मामाशी सगळं बोलून लौकर अवधूतच्या घरी जायला हवं. कालच्यासारखं रस्ता चुकून भलतीकडेच जायला नको'' असा विचार करत विनायक झपाझप चालत खाडीपाशी पोचला. खाडीत भरतीचं पाणी वेगानं वर चढत होतं. सगळीकडे भयाण शांतता होती. वाऱ्याचा, पक्षांचा कसलाच आवाज नव्हता. माणसाच्या अस्तित्वाचा कसलाही मागमूस आजूबाजूच्या आसमंतात दिसत नव्हता! निसर्गातल्या त्या भयावह रितेपणानं विनायक थोडा हबकून गेला होता.

मामाला फोन लागला. सगळं सांगून झाल्यावर विनायकानं त्याला कोठारातल्या स्वच्छ कपड्यांच्या घड्या आणि फोटोफ्रेम्सबद्दल सांगितलं.

''अरे, काहीतरीच काय सांगतोयस? कोठार अगदी रिकामं होतं मागच्या वेळी मी तिथं आलो होतो तेव्हा. अवधूतला विचार. कारण आपण दोघे काही दिवस तिथं राहू असं म्हटलं होतं त्याला मी.''

''आणि तिथल्या पेटीत ठेवलेली सगळी भांडी चांदीची आहेत. पेटीला कुलूपही नव्हतं''

''ती मीच ठेवली होती. पण मागच्या वेळी परत येतांना माझी इतकी घाई झाली की मी पेटीला कुलूप घालायचं विसरूनच गेलो. नंतर विचार केला की कोण नेणार तिथून ती भांडी? घराची अवस्था अशी झालीय की चोरसुद्धा घाबरेल आत जायला.''

''छान. आणि पंपाचं काय ? तो चालू झाला नी बंद पडला.''

''ते बघू मी आल्यावर. मी याआधीच ती बुजवायचा प्रयत्न केला होता; पण जमलं नाही. पुन्हा झरे वहायला लागले आणि प्रयत्न फसला. ती विहीर पूर्ण बंदच करायला हवी आहे.''

''केव्हा येतो आहेस ?'' मला पुढच्या आठवड्यात जपानला गेलंच पाहिजे.

लक्षांत आहे ना ?''

''होय रे बाबा. आहे लक्षात.''

''कोठारात जे फोटो सापडले त्यातल्यापैकी एका फोटोतली स्त्री कोण आहे ते कळलं नाही. तुला फोटो पाठवतो. बघून लगेच सांग. मला पूर्ण काळोख होण्याआधी घराकडे परतायला हवं'' असं म्हणून विनायकानं त्याला लगेच फोटो पाठवला आणि तो मामाच्या फोनची वाट पाहू लागला.

पण मामाचा फोन आला नाही. मोबाईलची रेंज गेली होती! आणि रेंज येईपर्यंत वाट बघण्यात अर्थ नव्हता. आजूबाजूच्या आसमंताला पडू लागलेला काळोखाचा विळखा वेगानं घट्ट होत होता. समोरच्या खाडीपलीकडच्या शेतजमिनीत आणि मागच्या डोंगरावर लागलेल्या लहान लहान आगी ती कातरवेळ अधिकच भयावह करीत होत्या. भरतीबरोबर खाडीतून वरच्या दिशेनं निघालेल्या काही होड्या आणि त्यातले हिंदकळणारे छोटे छोटे कंदील आता दिसू लागले होते. सगळा आसमंत आणखीनच गूढ होऊ लागला होता.

विनायक लगेचच तिथून निघाला. पण त्याचा अंदाज चुकला नाही. गुडूप अंधारानं त्याला गाठलंच. बहुतेक तो रस्ता चुकला होता. मोबाईलच्या बॅटरीच्या आधारानं तो अवधूतच्या घराच्या दिशेनं चालत होता.

बराच वेळ पाल्यापाचोळ्यातून आणि दगड मातीतून चालल्यावर थोड्या अंतरावर आणि उंच जागी असलेलं घर दिसायला लागलं. तो बहुतेक कालचीच वाट पकडून चालत होता कारण काल दिसलेल्या ठिकाणीच आजही एक दिवा मिणमिणताना दिसत होता. तो बघून विनायक घाबरला नाही. उलट त्याला बरंच वाटलं.

तो आणखी थोडा पुढं आला. तो दिवा विहिरीजवळच होता आणि तो हातात घेऊन एक व्यक्ती कठड्या जवळ उभी होती. चेहरा स्पष्ट दिसत नव्हता. विनायक धीर करून आणखी पुढे आला.

ती उमा होती.

''उमा? तू ? इथं इतक्या काळोखात?''

''हो. मीच. आज अमावस्या आहे ना ? म्हणून आलेय'' ती म्हणाली.

''म्हणजे ?'' विनायकाच्या अंगावर सरसरून काटा फुलला.

''थांब. एकदमच जाऊ घरी'' ती म्हणाली.

''पण तू इथं आत्ता?''

''चल. निघुयात. सांगते सगळं जाता जाता'' असं म्हणत ती चालू लागली. विनायक तिच्यामागून काळोखातून अंदाजानं निघाला. ती सराईत असल्यासारखी

चालत होती त्या काळ्याकभिन्न अंधारातून.

"तुला माहीत होतं ना आज अमावस्या आहे ते? तरीही आलीस? आणि कशाला? एवढं काय नडलं होतं?" विनायकानं थोडं चिडूनच विचारलं तिला.

ती एकदम थांबली अन म्हणाली,

"शांतपणे ऐकून घेणार असशील तर सांगते..."

"सांग" विनायक म्हणाला.

पण उमा काही न सांगताच तशीच पुढं निघाली.

"सांगत्येस ना?" विनायकानं पुन्हा विचारलं.

"आता घर येईलच. घरी गेल्यावरंच सांगते" असं म्हणून तिनं समोर पाहिलं. खरोखरच घर अगदी हाकेच्या अंतरावर होतं. घराच्या अंगणातल्या लाईटच्या प्रकाशात त्या घराची आकृती दिसत होती.

पाच मिनिटांतच ती दोघं अंगणात आली. घर एकदम शांत होतं. इतकी माणसं असूनही कोणाचाही आवाज येत नव्हता. उमा हाक मारणारंच होती इतक्यात आतल्या खोलीत टी.व्ही. चालू असल्याचा आवाज आला.

"सगळी टी.व्ही. बघताहेत वाटतं. ये, आपण बसू इथं." असं म्हणत ती अंगणात टाकलेल्या बाकावर बसली. विनायकही बसला.

"सगळी आत आहेत तेवढ्यात सांगते तुला."

"का? अवधूत दादाला सांगायचं नाहीये का?"

"त्यांना आहे सगळं माहीत."

"सांग लौकर. तू अशा अवेळी तिथं कशाला गेली होतीस ते मला समजून घ्यायचंच आहे."

"सांगते. चार वर्षं झाली असतील. पावसाळ्याचे दिवस होते. माझे आई-बाबा मुंबईहून ज्या दिवशी इकडे येणार होते त्याच्या आदल्या दिवशी खूप मोठं वादळ झालं होतं. त्यांत इतकी झाडं पडली की रस्ता बंद झाला होता. राजापुरहून येणारी एस. टी. दुसऱ्या दिवशी येणार नव्हती. आई-बाबांना हे कळायला काहीच मार्ग नव्हता."

"मग?"

"तुला माहीतच आहे घरातून फोनला रेंज मिळत नाही. त्यासाठी खाडीवर जायला लागतं. आई-बाबांना तर कळवायलाच हवं होतं आणि तुझ्या अवधूत दादाला अजिबात वेळ नव्हता. म्हणून मीच गेले फोन करायला खाडीवर. पण फोन करून येईपर्यंत उशीर झाला"

''अरे बापरे. मग ?''

''मग काय? काळोखात परवा तू वाट चुकलास तशीच मी वाट चुकून या वाटेनं येऊ लागले.'' उमानं आल्या वाटेकडे हात दाखवीत म्हटलं आणि पुढं सांगू लागली,

''काळोखात मला काहीच दिसत नव्हतं. धडपडत तशीच येत होते. तेवढ्यात, त्या जुन्या विहिरीच्या कठड्यावर एक पणती तेवतांना दिसली. तुला माहीत नसेल पण मला इथं कुंभीला आल्यापासून विहिरींची खूप भीती वाटते. त्यामुळे मी खूप घाबरले खरी; पण त्या एवढ्याश्या पणतीचा प्रकाश इतका लांबपर्यंत पसरला होता की त्याचा खूप आधार वाटला आणि घरी आल्या आल्या मी ठरवून टाकलं की प्रत्येक अमावस्येला तिथं दिवा लावायचा. त्यासाठीच आज तिथं गेले होते.''

''हा दिवा नेहमी दिसतो तिथं?'' विनायकनं विचारलं.

''तेच तर आश्चर्य आहे विन्या. आजपर्यंत कुणालाही हा दिवा तिथं कधीही दिसलेला नाही. मलाही नाही.

''खरंच आश्चर्य आहे.''

''त्यामुळे कोणाचाच विश्वास नाहीये माझ्यावर. पण मला मात्र त्याबद्दल मुळीच शंका वाटत नाहीये. त्या संध्याकाळी कोणी दैवी शक्तीनंच मला आधार दिला हे नक्की.''

''अवधूत दादाला सांगितलंस का?''

''हो. जसं घडलं तसं सगळं.''

''मग तो काय म्हणाला?''

''त्यांनाही ते पटलेलं नाहीये. त्यांनी स्वतः आठ दिवस सतत संध्याकाळी तिथं जाऊन काही दिसतंय का ते बघितलं. बाकीच्यांनाही सांगून ठेवलंय की असं काही दिसतं का ते बघा आणि मला सांगा म्हणून. पण अजूनपर्यंत कोणालाही कधीच तो दिवा दिसलेला नाही.''

ते सगळं ऐकून आपल्याला आलेला अनुभव आत्तातरी नको सांगायला असं विनायकानं ठरवून टाकलं. तो आणखी काही विचारणार एवढ्यात अवधूत अंगणात येताना दिसला.

''तू आलीस उमा? मला कळत नव्हतं एव्हढा उशीर का झाला? तू पण आलास का विन्या?'' तो म्हणाला.

हो आत्ताच आलो आम्ही. हा तिथंच भेटला विहिरीजवळ. तुम्ही सगळे टी.व्ही. बघत होतात म्हणून आम्ही इथंच बसलो.'' उमानं सांगितलं.

"आपली पाहुणे मंडळी अडकली आता इथेच" अवधूत म्हणाला.

"म्हणजे?" उमा आणि विनायक दोघांनी एकदमच विचारलं.

"त्याच बातम्या बघत होतो सगळे टी.व्ही. वर करोना विषाणूच्या पसरण्यावर नियंत्रण आणण्यासाठी देशभर उद्यापासून लॉकडाऊन म्हणजे टाळेबंदीची घोषणा पंतप्रधान मोदींनी केली आहे. त्यामुळे उद्यापासून सगळीकडे संचारबंदी आहे. वाहतूक व्यवस्थाही ठप्प आहे."

"पण किती दिवस?" विनायकला त्या क्षणभरात आपण पुढच्या आठवड्यात आता नक्की जपानला जाऊ शकणार नाही याची जाणीव झाली.

"पुढची सूचना मिळेपर्यंत. कदाचित वीस-पंचवीस दिवस." अवधूत म्हणाला.

"चल बघूया अजून काही टी.व्ही.वर सांगताहेत का?" विनायक असं म्हणत आत आला.

सगळ्या चॅनेलवर तीच बातमी होती. जपानहून निघाला तेव्हा त्याला करोना व्हायरसबद्दल थोडीफार कुणकुण लागली होती; पण इतक्या झपाट्यानं तो भारतात येईल असं वाटत नव्हतं. केवळ नशिबानंच तो कुठलीही अडचण न येता मुंबईत आणि इथं कुंभीत येऊन पोचला होता. पण आता लगेच परत जाता येईल याची काहीच खात्री नव्हती. नानामामालाही मुंबईहून कुंभीला येणं शक्य नव्हतं.

"उद्या सकाळीच मामाला फोन लावून विचारतो" तो अवधूतला म्हणाला.

"हो. मुंबईची काय परिस्थिती आहे, आमची ही पाहुणे मंडळी केव्हा परत जाऊ शकतील तेही विचारू. ती सगळी ही बातमी ऐकून नाराज होऊन गेली आहेत." अवधूत म्हणाला.

४

संपूर्ण रात्र विनायक अस्वस्थ होता. शांत झोप अशी लागलीच नव्हती. सकाळी लौकर उठून तो खाडीपाशी गेला आणि त्यानं मामाला फोन लावला.

''मी तुझ्या फोनची वाटच बघत होतो. तू टी.व्ही. वर बघितलं असशीलच. मी काही आता कुंभीला येऊ शकणार नाही. तू अवधूतला सांगून राजापूरपर्यंत येऊन बघ काही सोय होते का? पण इथं आलास तरी घरी येऊ शकणार नाहीस. कारण मुंबईबाहेरून येणाऱ्या प्रत्येकाला एखाद्या ठिकाणी चौदा दिवस स्थानबद्ध करून ठेवण्याच्या सूचना आहेत'' मामानं फोन उचलताच सांगायला सुरुवात केली.

''मोठंच कठीण होऊन बसलं आहे सगळं. अजून दोन दिवस रहातो इथेच आणि मग बघतो कसं जमतंय ते यायला. आई-बाबांनाही फोन करून कळवतो.'' विनायक म्हणाला.

''आणि कोठारात सापडलेला तिसरा फोटो कोणाचा म्हणून विचारलं होतंस ना मागच्या वेळी तो फोटोही त्याच मुलीचा वाटतोय.''

''त्याच म्हणजे ?''

''तुझ्या आजोबांच्या खोलीत सापडलेल्या फोटोत जी होती ना तिचाच!'' मामानं सांगितलं.

''नेमकी होती तरी कोण ही मुलगी? ह्या फोटोत आजीपेक्षा खूप लहान दिसत्ये आहे.''

''तुझ्या आजोबांनीच आणली होती तिला त्या घरांत.''

''काय?'' विनायक एकदम ओरडलाच.

''सांगेन कधीतरी. आत्ता ते महत्त्वाचं नाहीये.''

''मग आता काय राहिलंय महत्त्वाचं? आता तुझं हे घर घ्यायला मुंबई-

पुण्याहून तरी कोणी येऊ शकणार नाही इतक्यात आणि अवधूत म्हणत होता की गावांत कोणीच तयार नाहीये ते घ्यायला.''

''विकायचं तर आहेच. बघू हा लॉकडाऊन संपल्यावर काही होतं का?''

''ठीक आहे. मी लागतो उद्यापासून परत यायच्या तयारीला'' असं म्हणून विनायकानं फोन बंद केला.

अवधूतकडे जाऊन मामानं त्याला काय माहिती दिली ते सांगण्यासाठी विनायक खाडीकडून पुन्हा त्याच्या घरी निघाला. वाटेतच त्याला उमा येताना दिसली.

''काय गं, तू कुठे चाललीस?''

''तुलाच भेटायला येत होते.''

''पण मी घरीच येत होतो. अवधूतदादाला मामा काय म्हणाला ते सांगायचं आहे ना?''

''मला वाटलं तू इथून तसाच तुमच्या घरी जाशील आणि भेटणार नाहीस. गोंद्याही येईल ना तिकडे?आणि तुझा दादा घरी नाहीये.''

''म्हणजे? इतक्या सकाळीच कुठे गेला.''

''अरे ती बातमी ऐकून, दुकानासाठी सामान आणून ठेवायला हवं म्हणून गेलाय मोटारसायकलनं राजापूरला. आता बऱ्याच गोष्टी लागतील. पाहुणेही आहेत ना घरांत?''

विनायकाच्या ते लक्षातच आलं नव्हतं. त्याला वाटलं आपणही तिथं राहून अवधूतची अडचण वाढवतो आहोत. तो उमाला म्हणाला,

''उमा, मला वाटतं मी जे एक-दोन दिवस रहाणार आहे तो माझ्याच घरी राहून बघतो.''

''एकटाच ?''

''छे, छे. एकटा नाही राहू शकणार. गोविंदाला विचारतो त्याला जमेल का यायला?''

''आणि त्याला नाही जमलं तर?''

''तर बघू पुढं काय ते. बरं तुला का भेटायचं होतं मला?''

''तू आता परत मुंबईला जायच्या तयारीला लागशील ना?''

''हो ना. अवधूतदादा आज जाणार आहे राजापूरला हे कळलं असतं तर मीही गेलो असतो त्याच्याबरोबर.''

''ते चौकशी करून येणार आहेत. पाहुणेही मागे लागले आहेत. त्यांनाही परत

जायचंय.''

''त्यामुळे शक्य असेल तर जाईन एक-दोन दिवसांत. बरं, तू कशाला आली होतीस ते नाही सांगितलंस.''

''मागच्या आठवड्यात तुझ्या मामाचा फोन आल्यावर तुझ्या अवधूतदादानं काही चादरी आणि सतरंज्या तुमच्या घरी ठेवून यायला मला सांगितलं होतं. तुम्ही तिथं राहाल म्हणून. पण आता तूही नसशील. त्यामुळे खराब व्हायला नकोत म्हणून न्यायला आले होते.'' उमा म्हणाली.

''आम्ही किती घाबरलो होतो त्या बघून. काहीच कळत नव्हतं. मला आधी सांगून तरी ठेवायचंस.''

''सॉरी हं. मीही पूर्ण विसरून गेले बघ'' उमानं सांगितलं.

''चल आता. आमच्या घरीच जाऊयात. गोविंदाही आला असेल. त्याला विचारून घेतो तो राहील का माझ्याबरोबर ते.''

दोघंही घरी आली. गोविंदा आलाच होता. विनायकानं त्याला विचारलं. तोही लगेचच तयार झाला. दत्ता राहायचा. ती खोली आणि घराच्या भोवतालचा भाग तेवढा स्वच्छ करून घ्यायचा राहिला होता.

''तेवढं करून झाल्यावर जेवून घरी गेलास तरी चालेल. संध्याकाळी मात्र काळोख पडण्यापूर्वी ये'' असं गोविंदाला सांगून तो उमाला म्हणाला,

''तू एक-दोन चादरी ठेवून बाकीच्या जा घेऊन'' असं म्हणून ती दोघं आत निघाली. जाता जाता उमाची नजर झोपाळ्यावर ठेवलेल्या फोटोंवर पडली.

''हे कोणाचे फोटो आहेत विनायक?'' फोटो उचलून घेत आणि ते निरखून बघत तिनं विचारलं.

''हे माझे आजी-आजोबा. म्हणजे प्रभाकरपंत आणि त्यांची बायको जानकी. ही माझी आई आणि नानामामा.''

''आणि ही कोण रे?'' तिसऱ्या फ्रेम मधला फोटो बघत तिनं विचारलं.

''तेच तर माहीत नाहीये. मामा म्हणाला नंतर सांगतो.''

उमा बराच वेळ तो फोटो बघत होती.

''काय एवढं बघते आहेस त्यांत? तू तर तिला ओळखणं शक्यच नाही.'' विनायक म्हणाला.

''ते ही खरंच आहे म्हणा'' असं म्हणत फोटो तिथंच झोपाळ्यावर ठेवून ती आत आली. स्वयंपाकघरात बराच वेळ रेंगाळली आणि एकदम भानावर येऊन बाहेर पडत म्हणाली,

"चल, तू येतो आहेस ना घरी."

विनायकाला ती अशी एकदम कावरीबावरी का झाली ते कळलं नाही. पण तिची अवस्था बघून तो एवढंच म्हणाला,

"चल. जाऊया." आणि मागच्या दारातून डोकावत मोठ्यानं म्हणाला,

"गोविंदा, ये रे संध्याकाळी. आता जेवण येईल ते जेवून गेलास तरी चालेल."

गोविंदाकडून काहीच प्रतिसाद दिला नाही. असेल कामात. गेला असेल मागे दत्तूच्या खोलीत. नसेल ऐकायला गेलं असं समजून तो उमाबरोबर बाहेर पडला.

अवधूत घरी परतला तेव्हा पाच वाजून गेले होते. त्याला कळलेल्या गोष्टी त्यानं सांगितल्या. सगळीकडची वाहतूक बंद झाली होती. मुंबईला कोणालाही कोणत्याही मार्गानं जायला बंदी होती. अवधूतनं आणलेली माहिती ऐकून विनायक आणि पाहुणे खूपच नाराज झाले; पण काही पर्याय नव्हता.

संध्याकाळी आपल्या घरी रहायला जायचा इरादा आणि गोविंदा सोबतीला येत असल्याचं विनायकानं अवधूतला सांगितलं.

"कशाला जातो आहेस तिकडे? तुझी आम्हाला कसलीच अडचण होत नाहीये विन्या" तो म्हणाला.

"तसं नाही रे दादा. पण आलोच आहे तर बघतो राहून एखादं दुसरी रात्र. शिवाय सोबतीला आहेच गोविंदा."

अवधूतला ते पसंत नव्हतं. पण त्यानं जास्त आढेवेढे नाही घेतले. उमालाही ते नाही आवडलं. पण ती काहीच बोलली नाही.

संध्याकाळी काळोख पडायच्या आत विनायक उमाकडून रात्रीचं जेवण डब्यात घेऊन घरी आला. गोविंदा अजून आलेला दिसत नव्हता. हातातला डबा झोपाळ्यावर ठेवून गोविंदानं मागची दत्तूची जागा झाडून घेतली का ते बघायला तो मागच्या पडवीचं दार ढकलून मागच्या अंगणातल्या बाजूच्या खोलीकडे गेला.

पडक्या भिंती, उघडं छप्पर आणि कुजून जेमतेम तग धरून राहिलेला दरवाजा यात नीट करण्यासारखं खरं म्हणजे काहीच नव्हतं. त्यामुळेच गोविंदानं त्या खोलीला हातही लावल्याचं दिसत नव्हतं.

त्यानं दार ढकललं आणि ते तुटून एकदम खालीच पडलं. त्यामुळे आतली पोपडं पडलेली जमीन आणि तिथं अंग चोरून बसलेला गोविंदा त्याला दिसला.

"गोविंदा, अरे काय रे, असा काय बसला आहेस?" विनायकानं त्याला विचारलं.

गोविंदानं मान वर करून त्याच्याकडे बघितलं आणि विनायक त्याची ती नजर

आणि सुरकूतलेला चेहरा बघून नखशिखांत हादरून गेला.

"गोविंदा? तू असा?" त्यानं थरथरतंच त्याला म्हटलं.

गोविंदा उठून उभा राहिला. तो गोविंदा नव्हता. दत्तू होता!

विनायक घाबरून बाहेर पडू लागला. पण दत्तूनं पटकन् त्याचा हात पकडला. विनायक हात सोडवून घेऊ लागला पण दत्तूची पकड विलक्षण घट्ट होती. विनायकानं घाबरून बाहेर बघितलं. बाहेरचा परिसर वेगानं अंधाराच्या विळख्यात अडकू लागला होता. त्या भयाण पडक्या खोलीत जिवंत नसलेल्या दत्तूच्या जवळ तो जखडून उभा होता. त्या आघातानं शुद्ध हरपून तो खाली कोसळला.

५

विनायक शुद्धीवर आला तेव्हा तो नानामामाच्या खोलीत होता. त्याच्या शेजारी गोविंदा बसला होता. खोलीत लाईटचा पिवळट प्रकाश पसरला होता.

''घ्या. पाणी घेवा. बरा वाटता का आता?'' गोविंदानं विचारलं.

विनायक उठून बसला. थोडं पाणी प्याला.

''मी इलय तेवा तुमी मागच्या खोल्येच्या दारांत पडलेले बगीतलय. काय झाला एकदम असा'' गोविंदानं विचारलं.

गोविंदा त्याच्या सोबतीला आला होता त्यामुळे आत्ता त्याला काही सांगायला नको असं ठरवून विनायक म्हणाला,

थोडी चक्कर आल्यासारखं वाटलं. पण आता बरं वाटतंय.

विनायक खरं म्हणजे अजूनही त्या प्रसंगातून सावरला नव्हता. उद्या इथून बाहेर पडायलाच हवं अशी खूणगाठ बांधून तो गोविंदाला म्हणाला,

''उद्यापासून मी राहीन अवधूत दादाकडे. आज राहूया इथंच''

''झोपाळ्यावर असा तो डबो...''

''मीच आणला आहे. थोड्या वेळानं घेऊ या जेवून.''

विनायकानं हातावरच्या घड्याळात बघितलं. आठ वाजून गेले होते. बाहेर मिट्ट अंधार होता आणि जीवघेणी शांतता सगळीकडे पसरली होती.

दोघांनी बाहेरच्या झोपाळ्यावरच बसून जेवून घेतलं आणि नंतर इकडच्या तिकडच्या गप्पा मारून वेळ काढू लागले. बराच वेळ झाला. विनायक म्हणाला,

''गोविंदा, मागचं दार लावलं का रे ? जा बघून ये जरा. नसलं तर लावून ये.''

''बघतंय हां'' असं म्हणत तो मागच्या पडवीत गेला. थोड्या वेळानं परत

आला.

''दार लावून इलय. विनू भाऊ, आता घर जरा बरा झाला हा. पण एकटो माणूस घाबरतलो. होय ना?'' त्यानं म्हटलं.

''म्हणून तर तुला बोलावलंय ना? चल, झोपुया आता.''

''विनू भाऊ, तुमका या घराबद्दल आणि हय जी रव्हत होती त्यांच्याबद्दल काय माहीत असा काय?''

''फारसं काही नाही. थोडं फार आईकडून कळलं आहे तेवढंच. तुला काय माहीत असेल तर सांग. मला केव्हापासून सगळं माहीत करून घ्यायचं आहे.''

''काय माहीत हा ता तरी सांगा'' गोविंदा म्हणाला.

''माझे आजोबा हे गावातलं लोकांच्या आवडीचं एक व्यक्तिमत्त्व होतं. कारण त्यांनी खूप जणांना मदत केली होती आणि नेहमी सगळ्यांच्या अडीअडचणीच्या वेळी ते धावून येत. ते अतिशय रुबाबदार आणि देखणे होते. सिव्हिल इंजिनिअर म्हणून अनेक वर्षे कोल्हापुरात काम केल्यावर त्यांनी कुंभीचं हे घर त्यांच्या खाडीपलीकडच्या आडगावच्या मित्रामार्फत जमीन घेऊन बांधलं. त्याबरोबर आंब्याची आणि नारळाची झाडं असलेल्या दोन मोठ्या बागाही केल्या. रेडिओ दुरुस्ती हा त्यांचा छंद त्यांनी शेवटपर्यंत जोपासला होता.''

''माझ्या बापाक म्हंजे दाजीक त्यांनी एक रेडिओ दिलेलो हा, आणि जानकी आजींनी भांडी दिली होती.'' गोविंदानं म्हटलं.

''माझी आजी म्हणजे तर प्रेमळपणा आणि सहनशीलतेचं मूर्तिमंत उदाहरण होतं असं आई सांगायची. आयुष्यभर सगळ्यांची मनं सांभाळण्यात आणि खस्ता खाण्यात पार झिजून गेली होती बिचारी. शेवटी शेवटी तर आजोबांच्या कसल्यातरी हट्टामुळे निराश होऊन आजारी पडली आणि त्यातच गेली म्हणे.''

''माझो दाजीपण त्यांची आठवन काढायचो''

''ती होतीच तशी असं आईसुद्धा सांगते. पण यापेक्षा जास्त मला काहीच माहीत नाही गोविंदा. मामाही काही सांगत नाही. कदाचित काही नसेलही सांगण्यासारखं.'' विनायक म्हणाला आणि नानामामा राहायचा त्या पडवीच्या भागातच पंखा होता म्हणून तिथंच झोपायचं ठरवून दोघे तिथंच झोपले.

रात्री कधीतरी लाईट गेले. पंखा बंद पडला आणि विनायकाला एकदम जाग आली. त्यानं घड्याळात बघितलं. दोन वाजत आले होते. शेजारी गोविंदा शांत झोपला होता. पाण्याचा तांब्या झोपाळ्यावरच राहिला होता. पाणी प्यावं म्हणून मोबाईलचा लाईट चालू करून तो बाहेर आला.

समोरच्या झोपाळ्यावर आबा बसले होते! शेजारी जानकी आजी अदबीनं उभी होती. ते दृश्य बघून भीतीनं विनायक अगदी गलीतगात्रं होऊन गेला. तो तिथंच जमिनीला खिळून उभा राहिला.

आजूबाजूला एक धुरकट मंद प्रकाश घरभर पसरला होता. दोघंही त्याला स्पष्टपणे दिसत होती. घशाला पडलेली कोरड कमी करण्यासाठी त्या तशा अवस्थेतच तो पाण्याचा तांब्या घ्यायला थोडा पुढं सरकला; पण त्याचं अस्तित्व त्या दोघांनाही जाणवलं नसावं.

आबा आणि जानकी आजी दोघंही खूपच तरुण दिसत होते. त्यानं बघितलेल्या फोटोत दिसत होते तसेच. विनायक स्वतःचं भान विसरून त्यांच्याकडे बघत होता.

''अहो, येताय ना आत? पोहे करून ठेवलेत. घ्या खाऊन. सूर्य खूप वर आलाय. आठ वाजून गेलेत.'' जानकी आजी–आबांना विनवणी करीत होती. विनायकानं रेजातून बाहेर बघितलं. बाहेर मिट्ट काळोख होता!

''तू चल. मी आलोच'' आबांनी थोडंसं चिडूनच म्हटलं.

आजी आत गेली. आबाही मागून निघाले. विनायक संमोहित झाल्यासारखा त्यांच्या मागून आत आला.

स्वयंपाकघरातल्या मातीच्या चुलीवर चहा उकळत होता. समोर ठेवलेल्या पाटावर आबा बसले. आजीनं भरपूर ओला नारळ घातलेल्या पोह्यांची मोठी बशी त्यांच्या समोर ठेवली. आबा मान खाली घालून पोहे खात होते; पण त्यांचं त्याकडे लक्ष नव्हतं. कुठल्यातरी गहन विचारात ते अगदी गुंतून गेले होते.

बराच वेळ दोघंही शांत होती. नंतर ते एकदम उठले आणि तरातरा चालत बाहेर पडवीत आले. कपाटातून विडीचं बंडल काढून त्यातली एक विडी घेऊन त्यांनी ती पेटवली आणि झुरके मारत झोपाळ्यावर बसले. आजी धावतच तिथं आली.

''सुमी आणि नानू येणार आहेत ना गणपतीला?'' तिनं विचारलं.

''यावर्षी येऊ नका असं कळवलंय त्यांना. त्यांची वाट बघू नका.''

''अहो पण का? आपली मुलंच नसली तर...''

'काही बिघडत नाही.'' तिचं वाक्य तोडीत आबा म्हणाले.

''पण काही कारण आहे का त्यांनी न यायला?'' आजीनं धीर करून विचारलं.

आबा काही बोलणार इतक्यात बाहेरच्या दारातून दत्तू आत आला. त्याच्या हातात घमेलं, कोयता अशा गोष्टी होत्या.

''झालं का रे सगळं बागकाम? आणि लाल गुलाबाची रोपटी लावलीस का?'' आबांनी त्याला विचारलं.

"होय जी" कपाळावरचा घाम पुसत दत्तू म्हणाला.

"दत्तूला द्या चहा पोहे. इथं उभं राहून आमची झडती नका घेऊ" आबा आजीवर विनाकारण डाफरले.

ती बिचारी मान खाली घालून आत जायला वळली. पण तेवढ्यात पुढच्या दरवाज्यातून एक देखणी मध्यमवयीन स्त्री आत आली. तिला बघताच अण्णा आजीला बाजूला ढकलून पुढे आले.

"ये, ये. मी म्हटलं येत्येस की नाही? मी वाटच बघत होतो" ते म्हणाले.

ती आत आली. हातातली पिशवी झोपाळ्यावर ठेवून ती आजीकडे बघू लागली. आजीही गोंधळून तिच्याकडेच बघत होती. तिला कधी बघितल्याचं बहुदा आजीला आठवत नसावं. कुंभी गावांत इतकी सुंदर स्त्री नक्कीच नसावी.

"ही रमा. खाडीपलीकडच्या माझ्या मित्राकडे आडगावला आलेली पाहुणी" तिच्याकडे बघत आबा आजीला म्हणाले.

आजीला काय बोलावं कळत नव्हतं.

"हिला पण चहा-पोहे द्या. इथंच घेऊन या. रमा, तू बस झोपाळ्यावर."

आजी काही न उमजून तिथंच उभी राहिली.

"ऐकायला नाही का आलं? जा घेऊन या" आबा डाफरले. जवळच उभा असलेला दत्तू कावराबावरा होऊन आजीकडे बघत होता. त्याला आजीचा कष्टी झालेला चेहरा बघवत नव्हता.

"तू जा रे. दोन्ही अंगणाचे केर काढायचे राहिलेत ना? पण आधी आत ये. खायला देते तुला." आजी त्याला म्हणाली आणि आत गेली. दत्तू तिच्या मागून आत गेला.

रमा झोपाळ्यावर बसली. आबा तिच्या शेजारी बसत म्हणाले,

"राहायलाच आली आहेस ना?"

"तसंच ठरवून आल्येय. पण..."

"तू नको काळजी करू. माझी बायको खूप समजूतदार आहे. ती काही बोलणार नाही. चल, तुला घर दाखवतो." असं म्हणून तिला आत चलण्याची त्यांनी खूण केली. दोघं आत निघाली आणि विनायकही नकळत त्यांच्यामागून निघाला.

कोपऱ्यात अवघडून उभी राहिलेली आजी डोळ्यातलं पाणी कसोशीनं आवरत त्या दोघांकडे बघत होती. घर दाखवून झाल्यावर आबा दत्तूला म्हणाले,

"आम्ही जाऊन येतो रे आंब्याच्या बागेत."

दोघं बाहेर पडली आणि आजीचा इतका वेळ रोखून ठेवलेला भावनांचा बांध

फुटला आणि ती हमसून हमसून रडायला लागली.

"आजी शांत व्हा. रडा नको"

आजी भिंतीला पाठ घासत तिथंच खाली बसली.

"कशी शांत होऊ रे दत्तू ? इतका चांगला माणूस आणि ही काय अवदसा आठवलीय रे यांना?"

"तुका माहीत होता काय गे?"

"कानावर आलं होतं; पण घरीच घेऊन येतील असं नव्हतं वाटलं रे. गेला आठवडाभर तिकडेच होते आडगावला. मला कळवायची गरजही वाटली नव्हती त्यांना. त्यांचं तिकडे मित्राकडे नेहमी जाणं होतं म्हणून मीच चौकशी केली तेव्हा कळलं" ती रडत रडत म्हणाली.

"माका पण माहीत होता; पण घरीच घेवन येतीत असा वाटला नव्हता."

"माझाही विश्वास नव्हता रे. गेल्या काही दिवसांपासून माझ्याशी फार फटकून वागताहेत. आता मुलांनाही गणपतीसाठी इकडे येऊ नका असं सांगून झालंय. मुलं आली तर विचारतील ना ही कोण आणि का राहतेय इथे म्हणून. मी कशी सहन करू रे दत्तू?" आजीनं कळवळून हंबरडाच फोडला.

दत्तू आत गेला. चुलीवर ठेवलेला चहा गरम करून बाहेर घेऊन आला.

"थोडी चाय घेवा. बरा वाटतंला. आणि होत सगळा नीट."

"मला नाही वाटत आता काही धड होईल असं" असं अतिशय निराश होऊन म्हणत आजी उठली आणि बाहेरच्या पडवीत आली. तिच्यामागून दत्तूही आला. दारातून आबा आणि रमा एकमेकांना लगटून आत येत होते.

"दत्तू, रमाबाईंची कोठाराच्या खोलीत राहायची व्यवस्था कर. ती काही दिवस इथं रहाणार आहे कळलं का हो ?" आजीकडे बघत त्यांनी वाक्य पूर्ण केलं.

आजी काहीच बोलली नाही. ती आत जाण्यासाठी वळली आणि आबा तिला म्हणाले,

"मागच्या अंगणातल्या झाडाची दोन लिंब आणा आणि रमेसाठी लिंबाचं सरबत करा थोडं."

"मी येतंय घेवन् लिंबा" दत्तू आजीला म्हणाला.

"नको. तू खोलीत कर काय ती व्यवस्था. मी आणते लिंबं."

असं म्हणत आजी मागच्या पडवीचं दार उघडायला गेली. पण दार उघडता उघडता उंबऱ्यात अडखळून मागच्या अंगणात धपकन् पडली. दत्तू पुढे धावला. त्यानं दार पूर्ण उघडलं आणि बाहेरचा सूर्यप्रकाश भसकन् घरांत घुसला. विनायक त्या

प्रकाशझोतानं दिपून गेला. त्यानं डोळे चोळत आजूबाजूला बघितलं.

घरांत कोणीही नव्हतं! दिवस उजाडला होता. रात्रभर आपण उभं असल्याचं त्याला आत्तापर्यंत अजिबात जाणवलं नव्हतं. आता मात्र अतीव थकव्यानं ग्लानी येऊन तो तिथंच खाली कोसळला.

विनायक शुद्धीवर आला तेव्हा त्याच्याशेजारी गोविंदा आणि उमा असल्याचं त्याच्या लक्षात आलं.

''उमा?'' तो आश्चर्यानं उद्‌गारला.

''काय रे काय झालं?'' तिनं विचारलं.

''सांगतो सगळं. थांब जरा'' असं म्हणत तो कसाबसा उठून उभा राहिला. दोघांनी आधार देऊन त्याला बाहेर झोपाळ्यावर आणून बसवलं.

''मी सकाळीच चहा आणि थोडं खायला घेऊन आले होते. येऊन बघते तर तू तिथे खाली पडलेला आणि शेजारी हा गोविंदा उभा. तो किती घाबरलाय बघ. आता आधी खाऊन घे. ताजातवाना झालास की सांग नेमकं काय घडलं ते.''

विनायकाला त्याची गरज होतीच. चहा झाल्यावर तो म्हणाला,

''मी सारखा म्हणत होतो ना की या घराबद्दल मला सगळं जाणून घ्यायचं आहे, ते बहुदा या वास्तूनंच मला सांगायचं ठरवलं असावं. त्यामुळे काल रात्री मी बरंच काही या घरांत घडतांना बघितलं.''

''म्हणजे?''

''तुमचा कदाचित विश्वास नाही बसणार; पण मी खरंच हे सगळं स्वतःच्या डोळ्यांनी काल इथं बघितलंय.'' असं म्हणून पुढच्या तासाभरात त्यानं रात्री पाहिलेलं सगळं त्यांना सांगितलं.

''पण तुला जे दिसलं ते थोडंसच आहे असं नाही वाटत तुला?''

''तेही खरंच आहे. आता उलट माझी उत्कंठा अधिकच वाढली आहे.''

''आता ह्या सगळा मामांका सांगा. उरलेला त्यांच्याकडून कळात.'' गोविंदा म्हणाला.

''संध्याकाळी बोलणार आहेच त्याच्याशी.''

''तुला अवधूतदादानं सांगितलंय की उद्या मुंबईला जायची त्यानं काहीतरी सोय केली आहे'' उमानं म्हटलं.

''हो का? छान. मग आता मुंबईला गेल्यावरच बोलतो त्याच्याशी. आज फक्त कळवतो त्याला की उद्या येतोय म्हणून.'' त्याला झालेला आनंद त्याच्या चेहऱ्यावर स्पष्ट दिसत होता. मात्र रात्रभर झालेल्या मानसिक आघातामुळे आणि

जागरणामुळे अजून त्याला उत्साह वाटत नव्हता.

''मग चल आता घरी. गोंद्याही जाईल त्याच्या घरी'' उमा म्हणाली.

''उमे, मी संध्याकाळी येतो घरी. मला झोप घ्यावीशी वाटतेय. तुझ्या घरी पाहुणेही आहेत. चालेल?''

''न चालायला काय झालंय? झोप आरामशीर. गोविंदाही राहील तुझ्याबरोबर. मी दुपारचं जेवण पाठवते कोणाबरोबरतरी. काय रे गोविंदा?''

गोविंदानं होकार भरला आणि उमा बाहेर पडली. ती बाहेर पडल्यावर विनायकानं झोपण्याचा प्रयत्न केला खरा; पण रात्रीच्या अनुभवलेल्या प्रसंगाच्या धक्क्यातून तो अजूनही बाहेर पडू शकत नव्हता. अस्वस्थ मनानं तो डोळे मिटून पडून राहिला.

पुढं काय झालं असेल, ती रमा किती दिवस होती तिथं, आजीला आजोबांनी समजवून घेतलं असेल का, ती कशी या अनाहूत संकटाला सामोरी गेली असेल अशा असंख्य विचारांनी त्याचं डोकं भणाणून गेलं होतं. विचारांच्या असह्य कोलाहलातून बाहेर पाडण्यासाठी मामाशी बोलण्याची गरज होती. त्यानं गोविंदाला हाक मारीत म्हटलं,

''गोविंदा, मी खाडीजवळ जाऊन मामाला फोन करून येतो तासाभरात.''

गोविंदा तिथंच घुटमळत होता.

''मी येतंय तुमच्या वांगडा. एकटो जाव नको'' असं म्हणत तोही निघाला त्याच्याबरोबर.

☙ ६ ❧

बाहेर पडल्यावर विनायकाच्या लक्षांत आलं की आकाशात काळेकुट्ट ढग गर्दी करायला लागलेत. उन्हाच्या झळा कमी झाल्यात; पण हवा कुंद झाली आहे. वाराही कमी झालाय. कुठल्याही क्षणी आभाळाला गळती लागेल.

''पावसाच्या आधी घराकडे येवक हया'' गोविंदा आकाशाकडे बघत म्हणाला.

''होय. चल लौकर'' विनायकालाही तसंच वाटत होतं.

दोघे पंधरा-वीस मिनिटांतच खाडीपाशी पोचले. भरतीचं पाणी झपाट्यानं खाडीत घुसत होतं. सगळा आसमंत निपचित पडला होता.

विनायकानं नाना मामाला फोन लावला. पण पूर्ण वाजून गेला. त्यानं पुन्हा फोन लावला. लागला नाही. रेंज गेली होती. विनायकानं वैतागून पुन्हा पुन्हा फोन लावण्याचा प्रयत्न केला; पण काही उपयोग झाला नाही. शेवटी दोघेही कंटाळून परत घराकडे निघाले.

थोडंसच अंतर चालून झालं आणि पावसाचे मोठे मोठे थेंब पडायला सुरुवात झाली. क्षणार्धात पावसानं उग्र रूप धारण केलं. दोघेही पटकन् एका मोठ्या पिंपळाच्या झाडाखाली जाऊन उभे राहिले.

आता पावसाचा जोर वाढला होता. सगळा परिसर धुवांधार पावसात ओलाचिंब होत होता. जवळपासचं काही दिसत नव्हतं. थोड्या वेळानं पावसाचा जोर कमी झाला आणि घराजवळची विहीर लांबूनच त्यांना दिसली.

विहिरीजवळ कोणीतरी उभं होतं. जे कोणी होतं ते त्यांच्याकडेच बघत होतं. पाऊस थांबला नसला तरी त्याचा जोर खूपच कमी झाला होता. पण घरी जाईपर्यंत भिजायला नक्कीच होणार होतं.

विहिरीजवळची ती व्यक्ती हातातली छत्री उघडून थोडी पुढे आली.

ती रमा होती ! रात्री दिसली त्यापेक्षा खूपच तरुण दिसत होती. तिला बघून भीतीनं विनायकाच्या अंगावर सरसरून काटा फुलला.

ती आणखी थोडी पुढे आली. तिच्या हातांत आणखी दोन छत्र्या होत्या.

''उमा वैनी आसत वाटता.'' गोविंदा म्हणाला.

''उमा कि रमा ?'' विनायकानं न उमजून म्हटलं.

ती उमाच होती!

''घ्या ह्या छत्र्या'' ती जवळ येत म्हणाली.

''उमा ? तू इथं कशी ?''

''अरे, टी.व्ही.वर निसर्ग नावाच्या कुठल्यातरी उद्यापर्यंत येऊ घातलेल्या वादळाची सूचना देताहेत. खूप मोठं वादळ सगळ्या कोकण किनाऱ्यावर येणार आहे म्हणे. सगळ्यांना काळजी घ्यायला सांगताहेत. तुझा अवधूतदादा आणि गडी माणसं गेली आहेत आंब्याच्या बागेत आंबे काढून घ्यायला. सगळे बहुधा तिथेच अडकलेत या पावसात. म्हणून तुमचं जेवण घेऊन आणि संध्याकाळी तुम्हाला घरी येताना छत्र्या हव्यात त्या घेऊन तुझ्या घरी आले होते. तुम्ही दोघेही दिसला नाही म्हणून मला वाटलं मामाला फोन करायला तू खाडीकडेच गेला असशील. मी येतंच होते खाडीकडे.'' उमा म्हणाली.

''बरं झालं आलीस ते. हा पाऊस काही थांबेल असं वाटत नाही. चल घरीच जाऊ.''

''तुम्ही जा तुमच्या घरी. मला जायला हवं.''

ती तिघंही परत निघाली. पावसाचा जोर पुन्हा वाढला होता. विहिरीजवळून जाताना उमा पळतंच पुढे निघाली.

''उमे, सावकाश जा. पळतेस कशाला ?'' विनायकानं विचारलं.

''मला या विहिरीजवळ फार भीती वाटते रे.''

''मगाशी तर इथंच उभी होतीस की.''

''उभी नव्हते. चालतंच होते. इथं कोण उभं राहिलं ?''

''का बरं ?''

''ते नाही माहीत. पण माझा जीव गुदमरतो या विहिरीजवळ'' असं म्हणत ती झपाझप पावलं उचलीत तिच्या घरी जाताजाता म्हणाली,

''ये, संध्याकाळी. उद्या जायचंय ना परत ?''

''हो. येतो.'' असं म्हणत तो गोविंदाबरोबर पायऱ्या चढून अंगणात आला.

पडवीतल्या झोपाळ्यावर उमानं जेवणाचा डबा ठेवलेला दिसला.

पाऊस थोडा थांबला होता. दोघांनीही जेवून घेतलं आणि थोडा वेळ झोपण्याचा विचार करून आडवे झाले.

दोघांनाही चांगलीच झोप लागली होती. ते जागे झाले तेव्हा बाहेर पावसाचं तांडव पुन्हा सुरू झालं होतं. आजूबाजूची झाडं जोराच्या वाऱ्यामुळे आकांत करीत पिळवटून जात होती. पावसाचे थेंब घरावर सगळीकडून सटासट आपटत होते. रेज्यातूनही पाणी आत उडत होतं.

त्या तसल्या पावसात अवधूतच्या घरी जाणं शक्यच नव्हतं.

पाऊस कमी होण्याची दोघेही वाट बघत होते. तो एवढ्यात कमी होईल अशी जराही शक्यता वाटत नव्हती. सगळ्या आसमंताला काळोखही कवेत घेऊ लागला होता.

विनायकानं लाईट चालू केले. पण ते लागले नाहीत. तो गोविंदाला म्हणाला,

''गोविंदा, आता थांबायला नको. निघुया आपण. मागचं दार लावून ये. मग निघू.''

येतंय लावून असं म्हणून तो दार लावण्यापूर्वी मागच्या अंगणात डोकावला. सगळी झाडं पिळवटून खाली कोसळली होती. मागच्या डोंगरातूनही पाणी खाली कोसळत होतं. गोविंदानं दत्तूच्या पडक्या खोलीकडे पाहिलं. त्याला खोलीत कोणीतरी असल्याची चाहूल लागली. घराच्या पागोळीतून भिजत तो खोलीपर्यंत गेला आणि त्यानं आत डोकावून बघितलं.

पडक्या भिंतीला टेकून दत्तू बसला होता. गोविंदाला बघून त्यानं खुणा केली आणि गोविंदा काही कळण्याआधिच खेचल्यासारखा त्याच्याकडे गेला. कातरवेळचा क्षणभर उरलेला उजेडही त्याचवेळी गायब झाला आणि खोली अंधारानं जणू गिळून टाकली.

बराच वेळ झाला तरी गोविंदा बाहेरच्या खोलीत आला नाही म्हणून विनायक घरातल्या धूसर अंधारात चाचपडत मागच्या पडवीत आला. पडवीचा दरवाजा उघडाच होता. त्यानं बाहेर डोकावून पाहिलं. काळोखात बाहेरचं काहीच दिसत नव्हतं. त्यानं ओरडून विचारलं,

''गोविंदा ए गोविंदा, कुठे आहेस रे?''

गोविंदाकडून काहीच उत्तर आलं नाही. विनायक थोडा वेळ तिथंच थांबला आणि गोविंदाकडून काहीच प्रतिसाद न आल्यामुळे बाहेरच्या बाजूला तो दिसतोय का ते पाहू लागला. त्या तसल्या काळोखातही विनायकाला दत्तूच्या खोलीतून

कोणीतरी बाहेर पडून घराच्या मागे जात असल्याचं दिसलं.

विनायक थोडा गोंधळून गेला, आणि गोविंदाचं असेल अशी मनाची समजूत करीत पडवीतून मधल्या खोलीत आला. सगळ्या घरांत गूढ असा मंद प्रकाश पसरला होता. बाहेर गडद काळोख होता आणि घरातले लाइट तर केव्हापासून बंद होते. घरात कोणीतरी होतं आणि स्वयंपाक घरातून कोणीतरी बाहेर येत असल्याची विनायकाला चाहूल लागली. जानकी आजी व रमा तिथं असल्याचं विनायकाला दिसलं.

''नानूला इतका आरडाओरडा करून घर डोक्यावर घ्यायची काहीच गरज नव्हती. मी काय तुमचा छळ नाहीये करीत या घरांत'' रमा, जानकी आजीला मोठमोठ्यानं बोलत सांगत होती.

''गेला महिनाभर त्यानं जे बघितलं त्यामुळे तो चिडला. घरात जे चालू आहे ते त्याला नक्कीच सहन झालं नसेल.'' आजी म्हणाली.

''माझी एकटीची सगळी चूक असल्यासारखं बोलत होता'' रमा चिडून बोलत होती.

''तू इथं राहायला आलीस ही तुझी चूक नाही? मला विचारावंस नाही वाटलं तुला?'' जानकी आजी म्हणाली.

''मला आबांनी यायला सांगितलं म्हणून आले ना?''

''त्यामुळेच तर आमचं काही चालत नाही ना. मागच्या वर्षी सुमी विनायकाला घेऊन आली. माझ्या बाजूने बोलली म्हणून तिचा ह्यांनी कसा अपमान केला बघितलं होतंस ना? तू इथं असेपर्यंत माहेरी येणार नाही असं सांगून गेली त्याचंही ह्यांना काही वाटलं नाही. ''आता येणार आहे तो सोक्षमोक्ष लावायलाच'' असं नानूही सांगून गेलाय. नकोशी झालेली मीच एकटी अडकून पडले आहे इथं या घरांत. केव्हा एकदा सुटका होतेय असं झालंय मला'' म्हातारपणाकडे झुकू लागलेल्या आजीच्या डोळ्यांतून हे सगळं बोलताना पाण्याच्या धारा लागल्या होत्या.

''रमे, चहा आणतेस ना बाहेर?'' बाहेरून आबा आत येत म्हणाले. आबा अजूनही रुबाबदार दिसत असले तरी वृद्धत्वाची थोडी झाक दिसू लागली होती.

''दोन कप चहा घेऊन या बाहेर आमच्यासाठी'' असं आजीला सांगत रमा ''आले, आले'' म्हणत बाहेरच्या खोलीकडे निघाली. मागच्या पडवीतून त्याचवेळी आत येणाऱ्या दत्तूनं ते ऐकलं आणि तो म्हणाला,

''आजी, मी जातंय चाय घेऊन. तुमि जाव नको.''

भिंतीला टेकून आणि जमिनीला खिळून गेलेला विनायक हे सगळं स्पष्टपणे

बघत होता. त्यानं आजीला हाक मारायचा प्रयत्न केला पण त्याच्या तोंडातून आवाज फुटला नाही.

स्वयंपाकघरातून चहाचे दोन कप घेऊन दत्तू बाहेर गेला. आजी पुन्हा स्वयंपाकघरात गेली आणि विनायक बाहेरच्या पडवीत आला.

त्याची नजर घराच्या बाहेर गेली आणि इतका वेळ न जाणवणारा धुवांधार पाऊस आणि घोंघावणारा वारा यांचं तांडव त्याच्या दृष्टीला पडलं. तो घाबरून न कळत दरवाज्यापर्यंत गेला आणि तेवढ्यात भयावह आवाज करीत अंगणातलं जुनं आंब्याचं झाड घरावर कोसळलं. दरवाजा आणि लगतची भिंत त्याच्या अंगावर पडली आणि तो त्याखाली दबला गेला.

अंगावर पडलेला सगळा ढिग बाजूला करणं त्याला केवळ अशक्य होतं. गोविंदा, गोविंदा अशा हाक मारीत तो बराच वेळ तसाच पडून होता. हळूहळू उजाडू लागलं होतं.

पाऊस अजूनही पडतंच होता. वाराही धिंगाणा घालत सगळी झाडं पिळवटून टाकत होता. त्यामुळे कोणी तिथं येईल आणि त्याची सुटका करेल याची शक्यताही वाटत नव्हती. असाहाय्यपणे तो नुसताच पडून होता.

जवळजवळ तासाभरानंतर त्याला कोणीतरी येत असल्याची चाहूल लागली. त्यानं मोठ्या कष्टानं आजूबाजूला पाहण्याचा प्रयत्न केला. अंगणभर पडलेल्या फांद्या बाजूला करीत अवधूत त्याच्या दिशेनं येत होता.

''अरे विनायका, काय रे हे? असा कसा सापडलास झाडाखाली?'' विनायकाला त्या स्थितीत बघून अवधूतला मोठाच धक्का बसल्याचं जाणवत होतं. त्यानं विनायकाच्या अंगावर पडलेल्या फांद्या भराभर बाजूला केल्या. पण त्याच्या पायांवर पडलेलं झाड त्याला एकट्याला बाजूला करणं शक्य नव्हतं. गोंद्याही कुठे दिसत नव्हता. अवधूत त्याला हाक मारीत सगळ्या घरांत फिरून आला.

''घाबरू नको. मी पाच दहा मिनिटांत येतो.'' असं म्हणून कोणी मदतीला मिळतं का ते पाहायला तो मागच्या वाडीकडे निघाला.

वाडीकडे जाणारी वाट ठिकठिकाणी उन्मळून पडलेल्या मोठ्या मोठ्या वृक्षांनी बंद झाली होती. पाऊस चालूच होता. मागच्या डोंगरावरून प्रचंड वेगानं वाहत येणाऱ्या पाण्यातून वाट काढणं कठीण जात होतं. जवळजवळ अर्ध्या तासानं अवधूत वाडीवर पोचला आणि दोन चार तगड्या गड्यांना घेऊन परतला.

सगळ्यांनी मिळून त्याच्या पायांवर पडलेलं ते झाड बाजूला केलं.विनायकानं उठण्याचा प्रयत्न केला पण त्याला ते जमलं नाही. त्याचा एक पाय पूर्ण अधू झाला

होता ! त्याला उचलून सगळ्यांनी आतल्या झोपाळ्यावर झोपवलं आणि आलेले गडी परत गेले. त्यांच्याही घरांची वाताहात झाली होती.

अवधूत घरून येताना चहा घेऊन आला होता. तो घेतल्यावर विनायकाला जरा बरं वाटलं.

तो भकास नजरेनं अवधूतकडे पाहत होता.

''काळजी करू नको, विन्या. होशील चार दिवसात बरा.'' अवधूत म्हणाला.

''आज मुंबईला कसा जाणार रे आता?'' त्यानं निराश होऊन विचारलं.

''तेच सगळं सांगायला आलो होतो. घरातले बाकीचे पाहुणे काल संध्याकाळी गेले सांगलीला. त्यांची सोय झाली. पण आज जो मुंबईला जाणार होता तो काही या वादळांत जाऊ शकणार नाही. सगळे रस्तेच बंद झालेत. आणि गोविंदा कुठे आहे? मगाशी सगळीकडे बघितलं. कुठे दिसला नाही.''

''काल रात्रीपासूनच तो घरांत दिसत नाहीये.''

''म्हणजे तू एकटाच होतास की काय रात्रभर?''

''सांगतो सगळं थोड्या वेळानं'' असं म्हणून विनायक पुन्हा झोपाळ्यावर पसरला.

''मी जाऊन येतो. तुझ्या पायाला थोडा औषधी पाला बांधून ठेवायला हवा. आमच्या डॉक्टरांकडे आत्ता तरी जाता येईल असं वाटत नाहीये. थोडं खायलाही आणतो. संध्याकाळी जाऊ आमच्या घरी'' अवधूत म्हणाला.

''ये जाऊन घरी. मी बरा आहे. तुझं घर ठीक आहे ना?'' विनायकानं विचारलं.

''बरीच पडझड झाली आहे. मागची बाजू तर खालीच कोसळली आहे. झाडं बरीच पडली आहेत. वेळ लागेल सगळं सावरायला. मी, उमा आणि संदीप सुखरूप आहोत हीच काय ती चांगली गोष्ट'' अवधूत म्हणाला .

''खरं आहे रे बाबा.'' विनायक म्हणाला.

अवधूत निघाला; पण त्याला थांबवत विनायक म्हणाला,

''अवधूत दादा, गोविंदा कुठं दिसत नाहीये. मागच्या दत्तूच्या खोलीत जाऊन जरा बघतोस का?''

''माझ्या ते लक्षातच आलं नाही. येतो बघून.'' असं म्हणून अवधूत मागे गेला.

दत्तूची खोली पूर्ण ढासळून खाली पडली होती. त्याखाली कोणी असणंच

शक्य नव्हतं.

''गोविंदा नाहीये रे तिथे'' असं म्हणत तो बाहेर पडला.

तासाभराने उमा आणि अवधूत दोघेही परत आले. त्यांनी विनायकाच्या पायाला बरोबर आणलेलं मलम चोळून त्यावर औषधी पाला बांधला. त्याला खायला दिलं.

''विन्या, तू असाच पडून राहा. दुपारी जेवण पाठवतो. संध्याकाळी येतो तेव्हा घरी जाऊ. आत्ता पाऊस थोडा कमी झालाय तेव्हढ्या वेळांत आम्हाला आधी घराच्या आजूबाजूची आणि मागच्या बाजूची डागडुजी करून घ्यायला हवी.'' अवधूतनं सांगितलं आणि बरोबर आणलेली पुस्तकं तिथं ठेवून म्हणाला,

''वेळ जायला वाचन आणलंय''

''थँक्स दादा. माझ्यामुळे तुम्हाला...'' विनायक म्हणत होता त्याला मधेच थांबवून उमा म्हणाली,

''राहू दे, राहू दे. आभार प्रदर्शनाचा विशेष कार्यक्रम नंतर तू बरा झालास की करूया धुमधडाक्यात. कळलं का?''

विनायकानं हसून दोघांकडे बघितलं. त्याच्या नजरेतला असाहाय्यतेचा भाव बघून उमेचे डोळे भरून आले.

दुपारनंतर पावसानं पुन्हा जोर धरला. आकाश ढगांनी कोंदून गेलं. चार वाजताच अंधार पडल्यासारखं झालं. विनायक निराश होऊन झोपाळ्यावरून उठण्याचा प्रयत्न करू लागला. पण दुखावलेल्या पायातून जोराची असह्य कळ गेली आणि तो खाली बसला. बाहेरच्या धुवांधार पावसाकडे बघत बसण्याशिवाय त्याला काहीच करणं शक्य नव्हतं.

कंटाळून त्यानं मनगटावरच्या घड्याळात बघितलं. सात वाजत आले होते. अवधूतनं आणून ठेवलेल्या मेणबत्त्यांच्या खोक्यातली एक मेणबत्ती त्यानं तिथंच झोपाळ्यावर लावून ठेवली आणि तो अवधूतची वाट बघू लागला.

समोरच्या अंगणाच्या पायऱ्या चढून कोणीतरी येत होतं. त्याच्या हातात मोठी पेट्रोमॅक्सची बत्ती होती. तो गोविंदा होता!

''गोविंदा ? अरे होतास कुठे तू'' विनायकानं विचारलं.

गोविंदानं जे सांगितलं त्यावर विश्वास ठेवणं त्याला खरोखरच कठीण जात होतं.

संध्याकाळी गोविंदा मागच्या दाराला कडी लावायला गेला होता तेव्हा त्यानं दत्तूच्या खोलीकडे पाहिलं. खोलीत त्याला त्याचा बाबा, दाजी दिसला. दाजी त्याला बोलावीत होता म्हणून तो तिथं गेला आणि दाजीच्या बोलण्यानं बराच वेळ तिथंच

अडकून पडला. दाजीनं त्याच्या बायकोची, मुलाची चौकशी केली. घरी यायचं आहे पण इथून सुटका नाही, असं म्हणत होता म्हणे.

दाजी; जानकी आजीबद्दल खूप काही सांगत होता. रमा आल्यामुळे तिची घरात झालेली कुचंबणा, आबांचा विक्षितपणा, रमेचा उद्दामपणा सगळं सगळं. आजी आणि आबा दोघांना विनायकबद्दल आणि सुमीबद्दल वाटणारा जिव्हाळाही त्याच्याकडूनच समजला गोविंदाला. विनायकाला एकटं सोडू नको, त्याच्या बरोबरच राहा असंही त्यानं सांगितलं. तो आणखी काही सांगणार एवढ्यात बाहेरून विनायकाची हाक ऐकू आली आणि दाजी अचानक दिसेनासा झाला. गोविंदा घाबरून घराबाहेर पडला तेव्हां खूप काळोख झाला होता. त्याला पुन्हा घरांत यायची भीती वाटत होती. त्या काळोखातून ठेचकाळत तो तडक त्याच्या घरी गेला. परत न येण्यासाठी.

रात्रभर गोविंदाला दाजींनी सांगितलेलं आठवत राहिलं. विनायकाला एकटं सोडू नको असं त्यांनी सांगितलं होतं.

सकाळी वाडीतल्या भिकुकडून विनायकाच्या अंगावर झाड पडल्याचं त्याला कळलं. त्याच्याही घराची पडझड झाली होती. ते सगळं सावरून तो संध्याकाळी अवधूतकडे गेला. त्याला वाटलं विनायक त्याच्याकडे असेल. तो घरीच आहे असं समजल्यावर गोविंदा तिथं यायला निघाला तेव्हा अंधार पडायला लागला होता. पाऊसही वाढेल असं वाटत होतं.

दिवसभर घर नीट सावरून घेण्याच्या श्रमानं अवधूत आणि उमा दोघंही थकून गेली होती. उमा तर ताप वाटतोय म्हणून झोपूनच होती. अवधूतनं हव्या त्या सगळ्या गोष्टी देऊन गोविंदाला रात्रीसाठी विनायककडे पाठवलं होतं. गोविंदा हे सगळं सांगेपर्यंत रात्र बरीच झाली.

अवधूतने दिलेला जेवणाचा डबा संपवून दोघे लौकर झोपले. पाऊस पूर्ण थांबला होता. आता कसलाही आवाज बाहेर ऐकू येत नव्हता. भीती वाटावी अशा सुन्न करणाऱ्या शांततेचं सावट सगळ्या घराभोवीत पसरलं होतं.

उत्तररात्री कधीतरी विनायक अचानक जागा झाला. रात्री बराच वेळ चालू असलेली पेट्रोमॅक्सची बत्ती अगदीच मंद प्रकाश देत होती. झोपाळ्याजवळच खाली जमिनीवर भिंतीला चिकटून गोविंदा गाढ झोपला होता.

विनायक कूस बदलून वळला आणि त्याला झोपाळ्यावरच थोडीशी कोपऱ्यात बसलेली रमा दिसली. त्यानं दचकून पाय वर घेण्याचा प्रयत्न केला पण दुखरा पाय त्याला वर नाही घेता आला. त्याची हालचाल रमाला जाणवली नसावी.

समोर बाहेर बघत आबा उभे होते.ते म्हणाले,

‘‘दीड वाजत आला. जानकी अजून झोपलीच आहे का?’’

‘‘त्यांना बरं वाटत नाहीये काल रात्रीपासून’’ रमा सांगत होती.

‘‘मग आज आपण उपाशीच का?’’

‘‘दत्तू करतोय आत जेवण.’’

‘‘दत्तू? तू का नाही करीत?’’

‘‘मलाही आज अगदी कंटाळा आलाय.’’

‘‘छान’’ असं म्हणत आबा आत गेले. त्यांच्या मागून रमाही आत गेली.

विनायकाला आश्चर्य वाटलं. त्याला आतलं सगळं धूसर असलं तरी दिसत होतं. आबांनी कोठाराच्या खोलीत डोकावून बघितलं. एका कोपऱ्यात अंगाचं मुटकुळं करून आजी झोपली होती. तिच्या शेजारी दत्तू हातात पातेलं घेऊन तिला म्हणत होता,

‘‘आजी, थोडी पेज खावन घ्या. बरा वाटतला.’’

आजी हळूहळू उठून बसली.

‘‘काही खायची इच्छाच नाहीये रे दत्तू.’’

‘‘तरी पण घ्या थोडी’’ असं म्हणून तो तिला पेज भरवू लागला. रमानं नापसंती दर्शक काहीतरी आवाज केला आणि ती स्वयंपाकघरात गेली. चुलीवर ठेवलेली भाताची तपेली चिडून तिनं उचलली आणि गरम तपेलीचा चटका बसल्यामुळे तिनं ती सोडून दिली. सगळा भात जमिनीवर सांडला. पातेली पडल्याचा आवाज ऐकून दत्तू आणि आबा धावतच आत आले.

आबांच्या सगळं लक्षात आलं. ते रमेला काहीच बोलले नाहीत. दत्तूकडे बघत म्हणाले,

‘‘दत्तू, सगळा भात गोळा कर. जमीन पुसून घे आणि पुन्हा लाव भात. लगेचच.’’

रमेकडे जळजळीत नजरेनं बघत दत्तू म्हणाला,

‘‘होय जी. आजीची पेज खावन झाली की लगेच करतंय.’’

आबा काही न बोलता तणतणत बाहेर आले आणि झोपाळ्यावर बसले. ते विनायकाकडे बघत असल्याचा त्याला भास झाला. त्यांनी कुडत्याच्या खिशातून विडी काढली आणि ओढू लागले.

आतल्या खोलीतून आलेल्या दत्तूच्या रडण्याच्या आवाजानं ते भानावर आले आणि खोलीकडे धावले.

जानकी आजी इहलोक सोडून गेली होती!

विनायकाला दत्तूचं रडणं ऐकवत नव्हतं. तो पटकन् झोपाळ्यावरून उठण्याचा प्रयत्न करू लागला; पण त्याला ते जमलं नाही.

घरांत कोणीच दिसत नव्हतं. घरभर बत्तीचा अंधुक प्रकाश सांडला होता. गोविंदा भिंतीजवळ शांत झोपला होता. बाहेर पहाट होऊ लागली होती.

जे दिसलं होतं त्याच्या धक्क्यातून बाहेर पडणं विनायकाला जड जात होतं. तो थोडा वेळ तसाच पडून राहिला. काही वेळानं गोविंदा जागा झाला आणि म्हणाला,

''मी अवधूतदादांकडे जावंन येतय. त्यांनी सकाळी येवक सांगला होता.''

''ये जाऊन. मला उठायला जरा मदत कर. निदान टेकून तरी बसतो. ती उशी पण दे'' विनायक म्हणाला.

त्याला बसवून गोविंदा अवधूतच्या घरी गेला. तासाभरानंतर तो परत आला तेव्हा त्याच्याबरोबर उमाही होती.

विनायकानं रात्रीचा सगळा प्रसंग दोघांनाही सांगितला.

''तुला या घरात काय काय घडलं ते समजून घ्यायचं होत ना ते ही वास्तू दाखवतेय'' उमा विनायकाला म्हणाली.

''तू म्हणतेस ते खरं आहे बहुदा. पण आजीचा हा असा शेवट बघणं फार दुःख देणारं आहे उमा.''

''कशी दिसत होती रे तुझी जानकी आजी.''

''तुला परवा फोटो दाखवला त्यांत दिसत होती तशीच.''

''आणि ही रमा?''

''आजीपेक्षा खूप तरुण आणि देखणी. परवा फोटो बघत होतीस त्याहीपेक्षा सुंदर'' थोडं थांबून तो पुढं म्हणाला,

'' तुला पुन्हा बघायचा असला तिचा फोटो तर आतल्या कोठाराच्या खोलीतल्या पेटीतून फोटो घेऊन ये. खरं म्हणजे मलाही तिचा फोटो पुन्हा बघायचाय.''

''हो. आणते मी. तोपर्यंत तुम्ही दोघं थोडं खाऊन घ्या'' असं म्हणून बरोबर आणलेला डबा पुढे सरकवून ती आत गेली.

फोटो घेऊन ती बाहेर आली. विनायकानं मान वर करून तिच्याकडे बघितलं. ती रमा होती!

त्याचं अंग शहारलं.

''रमा ?...'' तो कसंबसं पुटपुटला.

ती पुढे आली. त्यानं पाहिलं ती उमाच होती.

''काय म्हणालास? रमा?'' तिनं नकळून विचारलं.

''मला तू तिच्यासारखीच दिसलीस म्हणून थोडा गोंधळून गेलो.''

ती हसली आणि म्हणाली,

''फारच ठसलेली दिसत्येय तुझ्या मनांत.''

''काहीतरी बोलू नको. मी आधीच एवढा गोंधळून आणि घाबरून गेलोय की त्यातून बाहेर पडू शकत नाहीये'' विनायक म्हणाला आणि तिच्या हातातले फोटो घेऊन बघू लागला.

''खरंच रे. मी खूपशी तिच्या सारखीच दिसत्येय ना?'' उमा म्हणाली.

काहीतरी बोलू नको. थोडं साम्य आहे एवढंच.

''बरं, ते जाऊ दे आता. तुझा अवधूतदादा दुपारी राजापूरच्या एका डॉक्टरकडे जातोय. तुझ्या पायासाठी औषध आणणार आहे. तो औषध घेऊन आला की इथे येईल. मग या दोघे घरी. मी जाते आता.'' असं म्हणून ती बाहेर पडली.

''गोविंदा, तू जेवण झाल्यावर तुझ्या घरी जाऊन ये. तुला तिकडेही बघावं लागेल ना?'' विनायक म्हणाला.

गोविंदा त्याला विचारणारंच होता कारण त्याच्या घरावरचं छप्पर वादळात उडून गेलं होतं. सरकारी मदत मिळेल याची खात्री नव्हती. याआधीही ती अशा वेळी कधीच मिळाली नव्हती. मागच्या वर्षीच्या पावसाळ्यातही घराची भिंत पडली होती त्याला सरकारी मदत मिळण्याआधीच गावाचं पुढारीपण करणाऱ्या पाटलांनं ती स्वतःच्या घशात घातली होती ! भिंत पुन्हा बांधायला अवधूत दादानंच त्याला मदत केली होती.

''घराचा छप्पर पडला असा. कायतरी करून लावून घेतंय'' गोविंदा म्हणाला.

''ती खुंटीला लावलेली माझी पँट घेऊन ये जरा'' विनायकनं त्याला म्हटलं.

गोविंदानं आणलेल्या पँटच्या खिशातून भरपूर पैसे काढून त्यानं त्याला दिले.

''माका पैसे हवे असत, पण इतके नको.'' गोविंदा म्हणाला.

''अरे, ठेव. बायकोकडे देऊन ठेव. सहा सात महिने पुरतील एवढे आहेत म्हणावं. तू माझ्या सोबतीला राहिलास तर त्यांची अडचण नको.'' विनायकानं त्याची समजूत काढीत म्हटलं.

संध्याकाळी अवधूत आला. त्यानं राजपुराहून आणलेलं औषध विनायकाला पायाला लावून घ्यायला सांगितलं.

''डॉक्टर म्हणाले औषध लागल्यावर पायांवर लगेच भार देऊ नका. दहा-बारा तासांनी चालायचा प्रयत्न करा. त्यामुळे तुला मी सकाळीच घरी नेतो. आज रात्री इथंच थांबावं लागेल तुला. गोविंदा येणार आहे ना?'' तो म्हणाला.

"तो येईल थोड्या वेळानं. आणि राहू आज इथंच. तू काही काळजी करू नकोस.'' विनायकानं त्याला म्हटलं.

संध्याकाळी खूप उशीर करून, कातरवेळी, गोविंदा आला आणि येताना आपल्या बरोबर भुरभुर पडणारा पाऊसही घेऊन आला. थोड्या विजा दिसत होत्या आणि ढगांचा गडगडाटी आवाजही येऊ लागला होता.

''गोविंदा, यावर्षीचा पाऊस लौकर सुरू झाला बहुतेक'' विनायक म्हणाला.

''होय. असाच दिसताहा. आता ह्यो काय काय गोंधळ घालताहा ता बघूचा'' गोविंदानं म्हटलं.

पावसाचा जोर हळूहळू वाढत होता. गोविंदा त्याच्या घरून विनायकासाठी चहा घेऊन आला होता. तो घेतल्यावर तो अचानक विनायकाला म्हणाला,

''विनू दादा, मागल्या बाजूच्या खोल्येत दाजी असा काय बघून येतंय.''

''काय? तो कसा असेल?''

''तो थयंच रव्हता.माका म्हणालो होतो ये भेटाक.''

''काहीतरीच काय गोविंदा.''

''देवाच्यान सांगतंय. तुम्ही पण चला. त्यांका बरा वाटतला.''

''अरे मी कसा येणार? मी आत्ताच औषध लावून ठेवलंय पायांना. तू जा; पण नुसतं बघून ये. आत नको जाऊ. मला खूप भीती वाटते त्या खोलीची. तुला मी सांगितलं नाही; पण मी एकदा तिथे जाऊन आलोय.'' हे सांगतानासुद्धा विनायकाचं अंग शहारून आलं होतं.

बऱ्याच वेळानं गोविंदा विनायकजवळ परत आला. त्याच्याबरोबर दत्तूही होता. विनायकाला आता पुन्हा जुनं घर दिसत होतं. आबा विडी ओढत लांब उभे होते. खूप थकलेले दिसत होते. घरांत सगळीकडे गूढ अंधुक प्रकाश सांडला होता.

दत्तू त्यांच्याजवळ गेला आणि काहीतरी बोलला त्यांच्याबरोबर. आबा वळून खोलीतल्या त्यांच्या कपाटाकडे गेले. कपाटांतलं कसलंतरी औषध घेऊन आले आणि विनायकाच्या शेजारी झोपाळ्यावर बसले. ते औषध त्यांनी त्याच्या पायाला चोळलं आणि त्याला उठून उभं केलं. आबा औषध पायाला लावत असल्याचं विनायकाला अजिबात जाणवत नव्हतं. त्यांच्या हातांची हालचाल तेवढी त्याला दिसत होती!

थोड्या वेळानं दत्तूनं विनायकाला त्याच्या मागच्या बाजूच्या खोलीत नेलं.

मागोमाग गोविंदाही गेला. आबा मात्र थकून झोपाळ्यावर आडवे झाले.

दत्तूची खोली उघडीच होती. तिघेही आत गेले. कोपऱ्यात एक मातीची चूल होती. आजूबाजूला एक दोन भांडी पडली होती. दोन खिळे ठोकून त्यावर एक फळी ठेवलेली होती. फळीवर जानकी आजी आणि आबांचा एक फोटो दिसत होता. एका दोरीवर दत्तूचे कपडे लोंबकळत होते. जमिनीवर एक कांबळ्याचा तुकडा टाकलेला होता. विनायकाला हाताला धरून गोविंदानं तिथं बसवलं. तो ही बसला आणि दत्तूनं त्या खोलीचं जीर्ण झालेलं दार आतून लावून घेतलं!

गोविंदा आणि विनायकाच्या बाहेरच्या जगाशी असलेला संपर्क क्षणार्धात संपून गेला ! त्यांनी वेगळ्याच विश्वात प्रवेश केला होता.

७

जोरदार वादळाच्या थपडांनी जीर्ण, विदीर्ण झालेलं आबांचं ते घर त्या रात्री शेवटच्या घटका मोजू लागलं! पाणी आतपर्यंत मुरल्यामुळे ढिल्या झालेल्या मातीच्या भिंती हळूहळू खाली धसू लागल्या. छप्परावरचे नळे फुटून गेले आणि छप्पराचा मोठा भाग खाली कोसळला. घराच्या आजूबाजूची झाडंही त्या वादळात उन्मळून घरावरंच पडली.

विनायकानं आणि गोविंदानं स्वच्छ करून नीटनेटक्या केलेल्या खोल्यांचा मागमूसही राहिला नाही.

पहाटेपर्यंत कुरकुरत, आवाज करीत सगळं घर भुईसपाट झालं!

घराच्या मागच्या बाजूला असलेल्या दत्तूच्या खोलीची तर पुरती वाताहात झाली. वरून खाली पडलेल्या छपराखाली काही जागा राहिल्यासारखं दिसत होतं पण आत कोणी असण्याची शक्यता अजिबात नव्हती! खोलीच्या मागं असलेल्या डोंगराच्या उतारावरून आलेल्या पाण्याबरोबर वहात आलेल्या झाडांचा, वेलींचा आणि पाल्यापाचोळ्याचा ढीग कोसळलेल्या छपरावर आणि अंगणात सगळीकडे पसरला होता.

घराच्या अवतीभोवती पाणी साठून डबकी तयार झाली होती. विहिरीच्या हात रहाटावरंचं आणि गोठ्यावरंचं उरलंसुरलं छप्पर उडून लांब जाऊन पडलं होतं.

घर आणि सगळा परिसर भेसूर दिसत होता!

सकाळी पाऊस थोडा कमी झाला आणि तो भयाण, भेसूर परिसर कोवळ्या उन्हांत न्हाऊन निघाला.

एका हातानं छत्री आणि दुसऱ्या हातानं चहाचं भांडं आणि कप सांभाळत उमा तिथं येत होती. घराची ती उध्वस्त अवस्था बघून तिच्या काळजात धस्स झालं.

विनायकाच्या काळजीनं ती झपाझप चालत अंगणाच्या उखडलेल्या पायऱ्या चढून वर आली.

उमा घराच्या सर्व बाजूंनी वेड्यासारखी दोन-तीन वेळा फिरली. विनायक आणि गोविंदाचा काही मागमूस दिसत नव्हता. ती घरी आली आणि तिनं अवधूतला सांगितलं,

''रात्री गोविंदाच्या घरी तर नसतील गेले?'' तो म्हणाला.

''बघून येता का?''

''हो, येतो जाऊन'' असं म्हणून अवधूत गोविंदाच्या घरी गेला; पण तिथं त्याला ते दिसले नाहीत. उलट, त्याच्या जाण्यामुळे गोविंदाच्या बायकोला आणि मुलाला वाटणाऱ्या गोविंदाबद्दलच्या काळजीत भरच पडली.

गोविंदाकडून परत येतांना अवधूत खाडीवर जाऊन आला, होडीनं कोणी सकाळी खारेपाटणकडे गेले का त्याची चौकशी करायला.

''या वादळात कोण जातलो होडी घेवन? पण सकाळी एक होडी जाताना दिसली म्हणतंत.'' असं कळलं आणि त्यानं अधिक चौकशी केली तेव्हा कळलं की सकाळी लौकर एका होडीतून तीन माणसं खाडीतून जाताना दिसली. त्यातला एक गोविंदा होता पण बाकीचे दोन कोण होते ते कोणाला माहीत नव्हतं!

अवधूत घरी परत येताना गोविंदाची होडी जाग्यावर आहे का ते बघायला गेला. गोविंदाची होडी जाग्यावरच होती. म्हणजे तो गेला नव्हता हे नक्की आणि दुसरा कोणी अशा पावसात जाण्याची शक्यताही नव्हती.

अवधूतला काहीच कळत नव्हतं. तो घरी परतला. त्यानंतर अनेक दिवस उमा त्या घरी जाऊन निराश होऊन येत होती.

ৎ ८ ৡ

विनायक आणि गोविंदा दिसत नाहीसे झाले या घटनेला आता दोन-अडीच महिने होत आले होते. उमा अजूनही रोज विनायकाच्या घरी जाऊन तो कुठे दिसतो का ते बघून येत होती. गोविंदाची बायको आणि मुलगा सैरभर होऊन गावभर त्याला शोधत होते. अवधूत निराश होऊन कोणी भेटेल त्याच्याकडे चौकशी करीत होता.

अजूनही गावाला वादळात झालेल्या नुकसानीची भरपाई किंवा कसली मदत मिळाली नव्हती. जी मिळाली ती मेणबत्त्या, उदबत्त्या असली निरुपयोगी वस्तूंची मदत होती! मोबाईलचा जवळ असलेला टॉवर पडल्यामुळे कोणाशी संपर्क होत नव्हता. रस्त्यावर पडलेले मोठ मोठे वृक्ष बाजूला करून तो रहदारीला मोकळा करण्याचा साधा प्रयत्नही शासनाकडून केला गेला नव्हता. लाईटचे खांब पडलेले तसेच होते. कुंभी सर्व दिशांशी संपर्क तुटलेलं बेट झालं होतं.

लहान मुलाप्रमाणे वाढवलेली झाडे आणि घाम गाळून पै-पै जमा करून बांधलेल्या घराचं छप्पर त्या वादळांत डोळ्यांदेखत उडून जात असताना माणूस काहीही करू शकत नव्हता. ही असाहाय्यता सगळीकडेच बघायला मिळाली होती. बऱ्याच घरांचं छप्परच गेल्यामुळे आणि सतत पाऊस पडत असल्यामुळे छत झाकणं तर गरजेचं होतंच. कुठल्याही मदतीची वाट न बघता लोकांनी शेवटी प्लास्टिक, तुटकी कौले, झावळ्या ह्यांनी आपले छत बनवण्याचं काम सुरू केलं होतं. मोडलेली घरं आणि विस्कटलेल्या संसाराची घडी यामुळं गावांत अनेकांच्या डोळ्यांतून अजूनही अश्रू ढळत होते. जिथं टी.व्ही. चॅनलवाले आले होते तिथं अनेक नेतेमंडळी गाडीतूनच पाहणी करून भरघोस मदतीची वारेमाप आश्वासनं देऊन गेली होती. जिथं टी.व्ही.वाले नव्हते तिथं लोकांच्या मदतीला आणि पहाणी करायला ही मंडळी येण्याची शक्यताही नव्हती!

आजपर्यंत कधीही झाला नाही इतका पाऊस गेल्या दोन महिन्यांत पडला होता. अजूनही पडतंच होता.

आदल्या रात्री पुन्हा एका विध्वंसक वादळानं कुंभीचं अस्तित्वच पुसून टाकायचा प्रयत्न केला होता!

अवधूतच्या दुकानाचे पत्रे आणि गोठ्याचं छप्पर उडालं होतं. घराजवळची झाडं जमीनदोस्त झाली होती.

गोठ्यातल्या दोन म्हशींना घराच्या पडवीत बांधायला हवं होतं. गावांत सगळीकडे अशीच अवस्था असल्यामुळे कोणी मदतीलाही येणं शक्य नव्हतं.

सगळं त्याला आणि उमेलाच सावरायला लागणार होतं. विनायकाच्या घराची काय अवस्था झाली होती ते ही बघून यायला हवं होतं.

"उमे, विनायकाच्या घराकडे जाऊन बघून येऊ. नंतर आपली कामं करूया." तो म्हणाला आणि दोघं तिकडे निघाली.

त्यांचा त्यांच्या डोळ्यांवर विश्वासच बसत नव्हता. विनायकाचं उरलंसुरलं घर पूर्ण ढासळून पडलं होतं. भिंती जमीनदोस्त झाल्या होत्या. सुन्न मनानं दोघं त्या उद्ध्वस्त वास्तूत फिरत होती.

घराच्या मागचा डोंगराचा भाग घसरून दत्तूच्या घरापर्यंत आला होता. दोघांनी उरलेल्या घरांत डोकावून बघितलं.

जमिनीवरच्या कांबळ्यावर विनायक आणि गोविंदा दोघे खोलीत बेशुद्धावस्थेत भिंतीला टेकून बसले होते!

गेल्या दोन महिन्यांत जवळजवळ रोजच उमा तिथं येऊन सगळ्या घरांत हिंडून जात होती पण दत्तूच्या खोलीत ती कधीच आली नव्हती. आली असती तर त्याचवेळी हे दोघे दिसले असते का?

पागोळीतून पडणारं पाणी हातांवर घेऊन अवधूतनं ते दोघांच्या तोंडावर मारलं. एखाद्या बरेच दिवसांच्या झोपेतून जागं व्हावं तसे दोघांनी हळुहळु डोळे उघडले.

"अवधूतदादा, तुम्ही दोघे आत्ता इथे? आणि आम्ही इथे दत्तूच्या खोलीत?" असं म्हणत दोघे उठून बसले.

जवळजवळ दीड-दोन महिने ते तिथेच पडून होते; पण त्यांना कसलाही थकवा जाणवत नव्हता बहुदा.

"तुम्हाला गेले दोन महिने शोधतोय आम्ही." अवधूत म्हणाला.

"दोन महिने?" विनायकानं आश्चर्यानं विचारलं.

"मला वाटलं नेहमीसारखी एखादी रात्रचं आम्ही इथं दत्तूबरोबर गप्पा मारतोय."

असं म्हणून त्याने आजूबाजूला बघितलं आणि घराचा सगळा डोलारा जमिनीवर ढासळल्याचं त्याला दिसलं. तो एकदम उठून उभा राहिला.

सगळं घर उध्वस्त झालं होतं. घराच्या अंगणापासून पुढे खाडीपर्यंत पसरलेला सगळा परिसर स्पष्ट दिसत होता! पायाखाली दगड, माती, चिरे यांचा खच पडला होता. सगळीकडची झाडं पिळवटून खाली वाकली होती, काही मुळापासून उखडली होती!

विस्कटून गेलेला आणि नामशेष झालेला तो परिसर बघून विनायकाला जबरदस्त धक्का बसला. त्यानं अवधूतचा हात घट्ट पकडला आणि पुन्हा खाली बसला.

गोविंदा गुडघ्यात मान घालून भकास नजरेनं खाली बघत बसला होता.

''गोविंदा, तुला जमत असलं तर लगेच घरी जा. तुझी बायको आणि मुलगा सैरभर होऊन शोधताहेत तुला'' अवधूत म्हणाला.

''जाव मी घराक?'' गोविंदा आनंदानं म्हणाला.

''जा. थोडे पैसे घेऊन जा उद्या.''

''पैसे नूको. विनू दादांनी आधीच दिले आसत.''

''बरं, पण अजून लागले तर सांग.''

''सांगतंय'' असं म्हणत गोविंदा घरी निघाला.

विनायकाला सहज नेहमीसारखं चालता येत होतं.

''तुझे पाय कसे एकदम चांगले झाले रे?'' उमानं विचारलं.

''सांगतो सगळं. जे मी बघितलं आणि जे दत्तूकडून कळलं ते सगळंच जितकं अनाकलनीय, अशक्य आणि असंभव आहे तितकंच धक्कादायकही आहे.'' विनायक सांगू लागला.

''आता आधी घरी जाऊया. आम्हालाही दिवसभर घर सावरून घ्यायचं आहे. रात्री सांग सगळं.'' उमा म्हणाली.

''इतके दिवस तुम्ही अन्नपाण्यावाचून...'' अवधूतचं वाक्यं पूर्ण होण्याआधीच विनायक म्हणाला,

''आम्हाला तर इतके दिवस आम्ही तिथंच होतो हेही अजून पटत नाहीये. केवळ विलक्षण!''

काट्याकुट्यातून, ठिकठिकाणी साठलेल्या पाण्याच्या डबक्यातून आणि पडलेली झाडं चुकवीत तिघंही घरी आले. अवधूतच्या घराच्या आजूबाजूला झालेली पडझड बघून विनायकाच्या डोळ्यांत टचकन् पाणी तरळलं. निसर्गापुढे माणूस कमालीचा हतबल आणि दुर्बल आहे याची जाणीव त्याला जपानमध्ये भूकंपात नेहमी व्हायची

तशीच ती इथं कोकणातही झाली.

त्यांनी घरांत पाय ठेवला आणि पडवीतला पंखा फिरू लागला.

''अरे व्वा, लाईट आले वाटतं.'' अवधूत आनंदानं उद्गरला.

''गेले दोन महिने लाईट नव्हते. आता दिसताहेत आलेले; पण या लाईटची काही खात्री नाही. केव्हा राम म्हणतील सांगता यायचं नाही'' उमा म्हणाली.

''पटकन् चहा कर. नंतर लाईट आहेत तोवर कामं उरकून घेऊया'' अवधूत म्हणाला.

''मी पण येतो मदतीला.'' विनायकानं म्हटलं.

''काही नकोय मदत. विश्रांतीची गरज आहे तुला.'' उमा म्हणाली.

''अगं, मी खरंच एकदम छान आहे. तुम्ही म्हणताय मी दोन महिन्यांनी दिसतोय तुम्हाला; पण मला तर तसं काहीच जाणवत नाहीये.''

''ते मोठं आश्चर्यच आहे बाबा!'' अवधूत म्हणाला. उमा चहा करायला गेली आणि अवधूत टी.व्ही. चालू होतोय का बघू लागला. त्याला अपेक्षा नव्हतीच आणि तसंच झालं. त्यानं कोनाड्यातला रेडिओ काढला आणि ऐकू लागला.

रेडीओवर भाषण चालू होतं.

ते मानभावी भाषण ऐकून अवधूतनं अतीव तिरस्कारानं आणि चिडून रेडिओ बंद करून टाकला. तो म्हणाला,

''काल रात्रीचं वादळ यांना अजून कळलं नसावं. किंबहुना ह्यांच्या हुजऱ्यांनी त्यांना ते कळवलं नसावं!''

उमानं चहा आणला. तिच्या कानांवर अवधूतचं वाक्य पडलं. ते ऐकून ती म्हणाली,

''आणि ते कळूनही काही फायदा नाही. मदत येण्यापूर्वीच ती देऊन झाल्याचं उद्या सांगतील. निर्लज्जपणाचा कळस आहे झालं!''

''उमा, तू जेवण तयार कर. तोपर्यंत मी विनायकाला घेऊन सगळ्या आवाठांत फिरून बघून येतो काय काय नासधूस झाली आहे ते. दुपारनंतर तू ये.'' अवधूत म्हणाला.

''अहो पण म्हशी तशाच आहेत उघड्या छताखाली.''

''त्यांना वर पडवीत आणून बांधतो आणि मग जातो. चल रे विन्या'' असं म्हणून तो विनायकाला घेऊन बाहेर पडला.

आवाठातल्या रातांबीच्या, बोंडूच्या आणि आंब्याच्या झाडावरच्या उरल्यासुरल्या फळांचा सगळीकडे खच पडला होता. नारळ खाली पडले होते. पालापाचोळा तर

इतका होता की कुठेही पाय ठेवायला भीतीच वाटत होती. सगळं आवाठ स्वच्छ करून घ्यायला हवं होतं.

घरी परत येता येता वाटेत जुनी विहीर दिसली. आश्चर्य म्हणजे विहिरीच्या कठड्यावर पानाचा एखादा लहानसा तुकडाही पडलेला दिसत नव्हता. कोणीतरी कठडा चांगला पुसून त्यावर लहानशी पणती ठेवलेली दिसत होती.

दोघेही तिथं थांबले.

''तुला आश्चर्य वाटत असेल ना हे बघून?'' विनायकानं विचारलं.

''तुला नाही वाटलं?'' अवधूतनं प्रतिप्रश्न केला.

''नाही. कारण मला या पणतीचं रहस्य माहीत आहे. सांगतो.''

असं म्हणून विनायकानं त्याला जे कळलं होतं ते त्यानं सांगितलं.

अवधूत त्याला याआधी म्हणाला ते खरं होतं. ती विहीर आबांच्या जागेतच होती. अवधूतच्या घरापर्यंतची सगळी जमीन पूर्वी त्यांचीच होती. पुढे त्यांनी त्याचा काही भाग अवधूतच्या बाबांना विकला आणि ती विहीर स्वतःच्या खर्चानं तयार करून दिली. विनायकाची जानकी आजी रोज संध्याकाळी तिथं पणती लावायची आणि दोन्ही कुटुंब सुखी राहावीत म्हणून प्रार्थना करायची. आबाही रोज तिच्याबरोबर यायचे.

''तुला कसं कळलं?'' अवधूतने विचारलं.

''दत्तूच्या खोलीत इतके दिवस माझ्या आजोळच्या या घरात पूर्वी काय काय घडलं तेच तर बघत आणि ऐकत होतो!''

''म्हणजे?'' अवधूत गोंधळून गेला होता.

''रात्री सांगतो म्हणजे उमालाही हे अतर्क्य कळेल.''

''उमाही इथं दर अमावास्येला दिवा लावून जाते. तिला एकदा काळोख्या रात्री ती या रस्त्यानं येत असताना दिवा दिसला होता आणि त्याच्या प्रकाशातच ती घरी आली होती.'' अवधूत म्हणाला.

''ते माहीत आहे मला. तिनंच सांगितलं.''

''पण मग तिचा काय संबंध या विहिरीशी? आणि बाकी कोणाला असा दिवा यापूर्वी कधीच दिसलेला नाही.''

''तिचा संबंध काय ते नाही माहीत. पण आजी आणि आजोबांचा आशीर्वाद आपल्या दोन्ही घराण्यावर मात्र नक्की.''

खरं म्हणजे उमाचा त्या विहिरीशी असलेला संबंध त्याला कळला होता; पण

त्याला तो इतक्यात अवधूतला आणि उमाला सांगायचा नव्हता!

जेवण झाल्यावर तिघांनी घराच्या पडवीला जोडून असलेल्या दुकानाचे जे पत्रे उडून इकडेतिकडे पसरले होते ते जवळ करून खिळ्यांनी ठोकून टाकले. संदीपला अंगण, पडवी साफ करायच्या कामाला लावलं आणि नंतर गोठ्याचं छप्पर ठीक करायचा प्रयत्न करू लागले. पण ते इतक्या सहजपणे होणार नाही हेही त्यांच्या लक्षात आलं.

संध्याकाळी गोविंदाचा मुलगा आला आणि गोविंदा तापानं आजारी असल्याचं सांगून गेला.

रात्री जेवणं झाल्यावर खरं म्हणजे सगळे अगदी दमून गेले होते. तरी नेमकं काय झालं होतं ते ऐकण्याची त्यांना उत्कंठा होतीच.

''आता कशी सुरुवात करू? दोन महिन्यांपूर्वी असं म्हणतो'' विनायक म्हणाला.

''आम्ही तुला दोन महिन्यांपूर्वीच बघितलं. त्यानंतर मी जवळजवळ रोजच तुझ्या घरी जात होते तू कुठे दिसतोस का ते बघायला.'' उमा म्हणाली.

''अवधूत दादा राजपुराहून आणलेलं औषध देऊन ज्या दिवशी परत गेला त्याच दिवशी संध्याकाळी मी आणि गोविंदा घरामागच्या दत्तूच्या खोलीत गेलो होतो. गोविंदाला दत्तूला भेटायचं होतं'' विनायक सांगू लागला.

''काय? दत्तूला भेटायला? पण तो तर....'' अवधूतनं आश्चर्यानं विचारलं.

''हो. तो अजूनही तिथंच आहे! त्याच्या मृत्यूनंतरही.''

''तुला दिसला तो?''

''त्याआधीही त्यानं मला खोलीत थांबवायचा प्रयत्न केला होता.''

''बापरे. काय सांगतोयस?''

''आणि त्यादिवशी तो भेटला तेव्हापासून सारखा आमच्याबरोबरच होता. आबा, आजी, रमा, नानामामा या सगळ्यांबद्दल बारीकसारीक सगळं सांगितलं त्यानं आम्हाला.'' नुसतं सांगितलं असं नाही तर घडलेल्या साऱ्या प्रसंगांना साक्षीदार असल्यासारखं दर्शनही घडलं आम्हाला!

''तू सांगतोयस ते सगळंच अविश्वनसीय आहे विनायका'' उमा म्हणाली.

''खूप मोठी कथा आहे. अनेक विलक्षण घटना घडून गेल्या आहेत. आपण सारेच त्या घटनांशी थोड्याफार प्रमाणात जोडले गेलो आहोत! एक मोठं गूढचक्रंच आहे सगळं.''

''म्हणजे?''

''सांगतो उद्या. आज नको. नाहीतर कोणालाच झोप नाही लागायची'' असं म्हणून विनायक थांबला. त्याच्या लक्षात आलं कि, या सगळ्या प्रकारांत परत केव्हा जाता येईल, हे अवधूतला विचारायचं राहूनच गेलं होतं.

''अवधूतदादा, लॉकडाऊन की काय ते संपलं असेल ना आता? मला परत जात येईल की नाही?''

''सगळा खेळखंडोबा चालू आहे विनायका. 'पुनश्च हरी ओम' म्हणून मधेच लॉकडाऊन उठवून झाला. त्यांत बरेच लोक पुन्हा बाहेर पडले आणि त्यांनी संसर्ग वाढवला. इतके दिवस इमानेइतबारे घरांत राहून संसर्ग रोखायला मदत करणाऱ्यांचे सगळे प्रयत्न त्यामुळे फुकट गेले! मग पुन्हा लॉकडाऊन. तोही काही दिवसांकरता उठवला सरकारने. झालं. पुन्हा संसर्ग वाढला. आता पुन्हा लॉकडाऊन चालू आहे!''

''अरे पण असं कसं? काही निश्चित योजना नाही का करता आली या राज्य सरकारला?''

''कसली योजना? यांची आपआपसातली भांडणं मिटतील तेव्हा हे योजना करणार ना?''

''मग आता काय?''

''काही नाही. मुंबईतली परिस्थिती यांच्या हाताबाहेर गेल्याबरोबर यांनी मुंबईतल्या लोकांना त्यांच्या त्यांच्या गावांत परत जायची मुभा दिली. बाहेर पडलेले लोक आपल्याबरोबर करोना विषाणू घेऊन आलेत आता कोकणांत. आपल्या या गावातंही आलेत असे लोक.''

''पण त्यांची काळजी कोण घेणार?''

''त्यांनीच घ्यायची त्यांची काळजी. आमच्यासारखी कितीतरी गावं आहेत जिथं कसलीच सोय नाही!''

''कितीतरी दिवस चालणार हे सगळं? काही अंदाज तरी असेल ना?''

''काहीच अंदाज करता येत नाहीये. तुला जायचं असेल तर तुला राजापुरापर्यंत मी सोडतो. तू मुंबईला नक्कीच जाऊ शकशील.''

''कोणी अडवणार नाही ना? लॉकडाऊन चालू आले असं म्हणालास ना?''

''किती लोक जाताहेत परत. नियम आहेत पण कागदावर!''

''छान.'' विनायक म्हणाला.

''आता आधी दोन दिवस रहा. तुला काय काय कळलं आहे ते आम्हाला सांग आणि मग जा मुंबईला.'' अवधूतनं सांगितलं.

''मुंबईला जायचा विचार नाही माझा. गोव्याला सुमीकडे जाऊन तिथूनच जाईन जपानला जेव्हां जाता येईल तेव्हां.''

''अरे पण नानामामाला भेटायचं असेल ना?''

''त्याची काही गरज नाही आता!'' विनायकच्या बोलण्यात दडलेली तिरस्काराची भावना आणि चीड अवधूतला लगेचच जाणवली. त्याला आश्चर्य वाटलं.

''का रे?'' त्यानं विचारलं.

''कळेल तुला'' असं म्हणून विनायक एकदम उठला आणि आतल्या खोलीत जाऊन अंथरुणावर पसरला.

௸ १ ௸

दत्तूच्या खोलीत दोन महिने अडकून पडल्यावर विनायकाला ज्या गूढचक्राचा उलगडा झाला ते दुसऱ्या दिवशी त्यानं सगळ्यांना सविस्तर सांगितलं.

आबा शंभरएक वर्षांपूर्वी कोल्हापूरला एका रेडिओ बनविणाऱ्या कंपनीत इंजिनिअर म्हणून काम करीत होते. त्यांच्या कंपनीत विश्वंभर गद्रे नावाचा एक कामगार होता. त्याच्याशी त्यांची चांगलीच मैत्री होती. दोघे समवयस्क आणि दोघांच्या आवडीनिवडीही सारख्याच!

गद्रेचं कोकणातल्या राजापूर तालुक्यातल्या आडगांव नावाच्या गावांत मोठं घर होतं. भरपूर जमीनजुमला, आंबा-फणस, काजूची झाडं आणि नारळी, पोफळीच्या बागाही होत्या. त्याच्या बाबांना वयोमानामुळे आता इतक्या ठिकाणी आणि घराकडे लक्ष देणं जमत नव्हतं म्हणून तो महिन्याभरातच नोकरी सोडून आडगावी जाणार होता.

''येतोस का प्रभाकर माझं घर बघायला? दोन दिवस राहा आणि ये परत.'' गद्रेनं त्यांना विचारलं होतं.

आबांच्याही मनांत अनेक दिवस स्वतःचं घर आणि जमीन असावी असा विचार होताच. शिवाय शहरी जीवनाचाही त्यांना कंटाळा येऊ लागला होता. बघून तर येऊ असा विचार करून प्रभाकरनं त्याला 'हो' म्हटलं.

''पण पाऊस खूप असेल बरं का! आपण अगदी ऐन पावसाळ्यात जातोय आडगावला'' गद्रेनं म्हटलं.

''मलाही आवडतो पाऊस. त्यामुळे काळजी नको'' प्रभाकर म्हणाला.

महिन्याच्या शेवटी दोघे ठरल्याप्रमाणं आडगावला निघाले. त्याकाळी आडगावी जाणं म्हणजे मोठं दिव्यच होतं.

कोल्हापूरहून विजयदुर्गला जाणाऱ्या एस.टी.च्या गाडीनं ते सकाळी नऊ वाजण्याच्या सुमाराला आडगावला जायला निघाले. त्याकाळी नव्वद-शंभर मैलाचं अंतर तोडायला एस.टी.च्या गाडीला चांगले आठ तास लागायचे. मातीचा अरुंद रस्ता, खड्डे यातून वाट काढीत तिठ्ठे, फाटे, प्रवासी निवारे, छोटे-मोठे थांबे अशा सर्व ठिकाणी ती गाडी थांबायची. त्यामुळं आडगावला जाण्यासाठी तिठ्ठ्यावर ते उतरले तेव्हा संध्याकाळचे पांच वाजून गेले होते!

त्या एकाकी तिठ्ठ्यावर गाडीतून उतरणारे ते दोघेच प्रवासी होतो. तिठ्ठ्यावर उतरुन वाघोटण नदीच्या खाडीच्या दिशेनं दीड-दोन मैल चालत गेल्यावर मगंच घर दिसायचं.

तिठ्ठ्यावर उतरून त्यांनी आजूबाजूच्या आसमंताचा अंदाज घेतला. सगळं आकाश काळ्याकुट्ट ढगांनी ओथंबून गेलं होतं. कुठल्याही क्षणी पाऊस कोसळू लागेल अशी चिन्हं होती. ते झपाझप पावलं उचलत खाडीच्या दिशेनं निघाले. पण, अक्षरशः फर्लांगभर पुढं गेले असतील इतक्यात खाडीच्या दिशेनं धुवांधार पावसाच्या सरी प्रचंड वेगानं त्यांच्या दिशेनं घोंघावत येऊ लागल्या. आजूबाजूला पसरलेल्या त्या विस्तीर्ण माळरानावर चिटपाखरूही दिसत नव्हतं. तुरळक झाडं हेलकावे खात होती आणि ती त्यांचं पावसापासून रक्षण करू शकत नव्हती. बरोबर आणलेली छत्री उघडायचा त्यांनी प्रयत्न केला खरा; पण ती उघडता उघडताच वारा आणि पावसामुळं जोरात मिटली. नंतर ती त्यांना पुन्हा उघडताही आली नाही.

ते दोघे तिठ्ठ्यावरच्या एस. टी. थांब्याच्या तुटक्या, मोडकळीला आलेल्या, कशाबशा टिकून राहिलेल्या शेडकडे धावले; पण तिथं पोचेपर्यंत पार भिजून गेले. हातातल्या पिशव्या ओल्याकच्च होऊन पाण्यानं निथळत होत्या. ते शेडमध्ये येऊन थांबले आणि विस्फारलेल्या डोळ्यांनी पावसाचं ते भयावह तांडव बघू लागले.

त्यांची नजर शेडमध्ये उभ्या असलेल्या दुसऱ्या व्यक्तीकडे गेली. ती एक तरुणी होती आणि त्यांच्याकडेच बघत होती.

विश्वंभर थोडं पुढे झाला आणि म्हणाला,

''तुम्ही...''

''मला आडगावला जायचं आहे. अचानक पाऊस सुरू झाला म्हणून मी थोड्या वेळापूर्वीच इथं या शेडमध्ये येऊन थांबले.'' ती म्हणाली.

''आडगावला कोणाकडे?''

''अण्णा गद्र्यांकडे.''

गावांत सगळे विश्वंभरला विसू आणि त्याच्या बाबांना अण्णा म्हणायचे.

"आम्हीही तिकडेच निघालोय."

"हो का? बरं झालं. तुमच्याच बरोबर येते." ती तरुणी म्हणाली.

"हो चालेल ना" विश्वंभर म्हणाला आणि दोघे त्या तशा पावसातून पुढे निघाले. त्यांच्या मागून ती तरुणीही चालू लागली.

सगळा परिसर धुवांधार पावसानं कोंदून गेला होता. झाडंपेडं जिवाच्या आकांतानं पिळवटून हेलकावत होती. कडाडणाऱ्या विजेचे लोळ, सगळीकडे दाटून राहिलेला काळोख कचाकच कापीत होते. खाडीच्या बाजूनं येणाऱ्या पावसाच्या लाटा सपासप अंतर कापीत त्यांच्यापर्यंत आणि त्याही पुढं येऊन खवळलेल्या समुद्रासारख्या दूरवर पसरत होत्या. ते उभे होते त्या शेडच्या छपराचे पत्रे केव्हांही उडून जाण्याच्या अवस्थेत जेमतेम तग धरून होते. माळरानावरचा सगळा पालापाचोळा आसमंतात सैरभैर उधळत होता. दूरवर दिसणाऱ्या एक-दोन झोपड्याही जमीनदोस्त झालेल्या दिसत होत्या!

आणि अचानक पाऊस थांबला. वारा शांत झाला. सगळा आसमंत त्या पावसांत ओलाचिंब होऊन न्हाऊन निघाला होता! काळेकुट्ट ढग एकाएकी नाहीसे झाले आणि मावळतीकडे झुकू लागलेल्या सूर्याच्या उन्हानं तो परिसर उजळून गेला. दहा-पंधरा मिनिटांच्या अवधीतलं पावसाचं ते रौद्र रूप त्यांत झोडपून निघालेला सगळा आसमंत आणि त्यानंतरचा प्रसन्न निसर्ग हे सगळंच मोठं विलक्षण होतं. विश्वंभरनं मागे वळून पाहिलं. ती तरुणी कुठेच दिसत नव्हती.

सगळा डोंगर उतरून दोघे घरी आले तेव्हा कातरवेळ झाली होती. ते घर म्हणजे एक अवाढव्य वास्तू होती. भलं मोठं अंगण आणि डावीकडे दिसणारं तुळशीवृंदावन. उजवीकडे एक भला मोठा पाण्याचा हौद आणि समोरच्या पडवीतला कंदील आणि त्याचा मंद प्रकाश प्रभाकरच्या मनांत अगदी ठसून बसला.

पडवीतल्या झोपाळ्यावर विश्वंभरचे बाबा, अण्णा बसले होते. ते एकदम पुढे आले.

"विसू?" त्यांनी विचारलं.

"हो. अण्णा, पत्र टाकलं होतं. मिळालं नाही का?"

"पावसात पत्रं कधी येतात का वेळेवर? गणपतीपर्यंत मिळालं तरी भाग्यच म्हणायचं."

"हा माझा मित्र. प्रभाकर."

"हो का? ये. ये." असं म्हणत अण्णांनी प्रभाकरला प्रेमानं झोपाळ्यावर बसवून घेतलं.

‘‘अण्णा, आम्हाला सड्यावरच्या शेडमध्ये एक मुलगी भेटली होती. ती आपल्याकडेच येत होती. आमच्याबरोबरच होती; पण मधेच कुठे गेली कळत नाही’’ विसू म्हणाला. अण्णांनी बाहेर अंगणाकडे बघत म्हटलं,

‘‘ही येत्येय हीच का?’’

विसूनं आणि प्रभाकरनं बाहेर पाहिलं. ती तरुणी अंगणातून घरांत येत होती.

‘‘हो हीच’’ विसू म्हणाला.

‘‘काय रमे, आज इकडे कशी काय?’’ अण्णा तिला आत येतांना बघून म्हणाले.

‘‘सांगते नंतर. काकू आहेत का घरांत?’’ ती म्हणाली.

‘‘बरं. बरं. सांग नंतर. जा आत. काकू असेल स्वयंपाकघरात.’’

‘‘हो जाते.’’ असं म्हणत ती धावतंच आता गेली.

‘‘अण्णा, कोण हो ही?’’ विसूनं विचारलं.

‘‘तुम्ही आत्ता एस.टी.तून ज्या मुख्य रस्त्यांवर उतरलात ना त्याच्या पलीकडच्या बाजूला देवडी नावाचं गांव आहे. त्या गावांत तुझ्या आईची कोणीतरी मैत्रीण आहे. तिची ही मुलगी. येत्ये इथं बऱ्याचवेळा.’’ बाबांनी माहिती पुरवली.

रात्री जेवणाच्या वेळी प्रभाकरनं रमेला विचारलं,

‘‘संध्याकाळी आमच्याबरोबर येता येता मध्येच कुठे गायब झालीस? आम्हाला दिसली नाहीस बराच वेळ.’’

‘‘मी तुमच्यावर लक्ष ठेवून तुमच्या मागूनच येत होते. पण मध्येच एका ठिकाणी मला करवंदाची खूप दाट जाळी दिसली, म्हणून करवंद काढायला मी तिथं गेले. बराच वेळ मी करवंद शोधत होते. तेवढ्यात तुम्ही पुढं आलात.’’ रमा म्हणाली.

‘‘पण आम्हाला सांगायचं नाहीस का? आणि करवंद कुठे आहेत? की खाल्लीस एकटीनंच?’’ विसूनं विचारलं.

‘‘होती कुठे करवंद? एक मिळालं ते टाकलं खाऊन.’’ ती म्हणाली.

‘‘रमा मोठी धीट मुलगी आहे बरं का.’’ अण्णा म्हणाले.

प्रभाकर चार-पाच दिवसांची रजा घेऊन आला होता. रमाही त्या वेळी तिथं होती. त्या चार दिवसांत प्रभाकरच्या रुबाबदार व्यक्तिमत्त्वावर रमा भाळून गेली. प्रभाकरलाही न कळत तिच्या मोहक सौंदर्याचं आकर्षण वाटू लागलं. पण यापेक्षा अधिक काही घडलं नाही. त्यावेळी तशी शक्यताही नव्हती. प्रभाकर तिथं विश्वंभरचा मित्र म्हणून आला होता.

विसुचं घर आणि त्याचे आई-बाबा प्रभाकरशी खूप आपलेपणाने वागत होते.

एका रात्री सहज बोलता बोलता तो विसुच्या बाबांना म्हणाला,

"तुमचं गांव खूप छान आहे अण्णा. मलाही अशा एखाद्या गावांत घर आणि तुमच्यासारखी आंब्याची बाग करायची आहे.''

"माझी एक खूप मोठी जागा आहे. माझ्या आजोबांनी घेऊन ठेवली आहे. तुला हवी तर दाखवतो.''

"कुठे? याच गावांत?''

"या गावांत नाही. खाडीच्या पलीकडे कुंभी नावाचं गाव आहे, तिथं.''

"चालेल बघूया.'' प्रभाकर म्हणाला.

"तुला आवडेल असं नाही कारण गांव अगदी एकाकी आहे. पुढे मोठी खाडी आणि मागे भला मोठा डोंगर. मधल्या चिंचोळ्या फटीत गावातली वीस-पंचवीस घरं. आमचं गांव आडगाव. पण ते इतकं एकाकी नाही. मुख्य रस्त्यापासून जेमतेम दोन मैलांवर. पण कुंभीला जायला फक्त पायवाट आहे. गांव रस्त्यापासून खूप दूर. आजूबाजूला वस्तीही नाही फारशी.''

"मग तर मला नक्कीच आवडेल अण्णा. आणि भविष्यात सुधारेल की थोडं.''

"मला नाही वाटत तसं.'' अण्णा म्हणाले.

"ठीक आहे निदान बघून तर येऊ.''

दुसऱ्याच दिवशी विश्वंभर, त्याचे बाबा आणि प्रभाकर सकाळीच कुंभीला जाण्यासाठी निघाले.

अण्णांच्या घराजवळच्या ओल्या आणि मातीच्या ढेकळांनी भरलेल्या शेतजमिनीतून मार्ग काढीत ते खाडीच्या काठी पोचले. भरतीचं पाणी खाडीत वेगानं घुसत होतं.

खाडीजवळच्या एक खोपटापाशी जाऊन अण्णांनी हाक मारली,

"भिक्या, रे भिक्या, आहेस का जाग्यावर?''

खोपटातून आवाज आला,

"इलय, इलय'' आणि खोपटातून भिक्या बाहेर आला. त्याच्या खपाटीला गेलेल्या पोटाकडे आणि कृश अंगकाठीकडे बघून प्रभाकरच्या पोटांत कालवाकालव झाली.

"काय रे होडकं कुठेय?'' अण्णांनी विचारलं.

"खोपटाच्या मागच्या बाजूक लावून ठेवलंय.''

"का रे?''

"पावसाच्या दिसात कोण येता पलीकडे जावंक?''

''आम्हाला सोड पलीकडे आणि थांब तिथेच. येताना आम्हाला घेऊन ये.''

''येतंय'' असं म्हणत तो खोपटाच्या मागे गेला आणि त्यानं एक लहानशी होडी ढकलत पुढे आणली. ती पाण्यांत ढकलून त्यानं तिघांना होडीत बसवलं आणि भरतीच्या पाण्याबरोबर मोठ्या शिताफीनं होडी वल्हवित खाडीच्या पलीकडे कुंभीच्या किनाऱ्याला आणली.

खाडीला लागूनच अण्णांची जमीन होती. पार डोंगराच्या पायथ्यापर्यंत.

''खाडीपासून थोडं वर उंचावर घर बांधता येईल. म्हणजे जमीन घेणार असशील तर हां.'' अण्णा म्हणाले.

''आणि झाडंही भरपूर लावता येतील.'' त्यांनी वाक्य पूर्ण केलं.

भिक्या त्यांच्या मागोमाग येत होताच.

''जाऊया थोड्या वेळानं परत'' अण्णा त्याला म्हणाले आणि प्रभाकरला म्हणाले,

''डोंगराच्या पायथ्यापर्यंत जाऊन येऊ म्हणजे तुला सगळ्याचं जागेचा अंदाज येईल.''

''मी पण आज पहिल्यांदाच बघतो आहे सगळी जागा.'' विसू म्हणाला.

सगळी जागा बघून प्रभाकर फारच प्रभावीत झाला. जागा घ्यायचा विचार तेव्हाच त्यानं नक्की केला. पण अण्णा किती किंमत सांगतात आणि ती आपल्याला परवडेल का हे बघणंही गरजेचं होतंच..

बरोबर आणलेलं जेवण जेवल्यावर निघावं असं ठरलं. तोपर्यंत अण्णांबरोबर चर्चा करून घर कुठं बांधावं, विहीर, गोठा यांची जागा कुठं असावी ह्या सगळ्याचा आराखडाही प्रभाकरनं ठरवून टाकला.

ती जागा गावांतल्या वीस-पंचवीस घरांपासून खूप दूर होती. शिवाय झाडं, झुडूपं, वेली, मोठे वृक्ष यांनी भरून गेलेली होती.

''अण्णा, तुम्ही फारसे येत नाही का या जागेवर?'' प्रभाकरनं विचारलं.

''नाही. नेहमीच्या कामांमुळे वेळ मिळत नाही आणि प्रत्येक वेळी खाडी पार करून यायचा कंटाळाही येतो.'' अण्णा म्हणाले.

''साधारण किती किमतीत आपला व्यवहार होईल?''

''ते ठरवू रात्री घरी गेल्यावर.'' अण्णा म्हणाले.

तिथल्याच एका भल्या मोठ्या पिंपळाच्या झाडाखाली बसून त्यांनी जेवण केलं. दुपारचा एक वाजून गेला होता.

''आता ओहोटी मिळात. थोड्या वेळानं निघूक व्हया'' भिकू म्हणाला.

त्यांनी निघण्याची तयारी केली आणि अचानक काही कल्पना येण्यापूर्वीच जोराचा पाऊस पडायला सुरुवात झाली. बरोबर आणलेल्या छत्र्यांचा फारसा उपयोग होत नव्हता. झाडाखालीच थांबून राहाण्याशिवाय पर्याय नव्हता. त्या तशा पावसांत भिक्यालाही होडी पाण्यांत घालणं शक्य नव्हतं.

''अण्णा, मला हा असा धुवांधार पाऊस खूप आवडतो. निदान त्यासाठी तरी ही जागा घेऊन मी इथं नक्कीच घर बांधीन'' प्रभाकर म्हणाला.

''अरे पण नुसतं घर बांधून काय उपयोग? इथं येऊन राहिलास तर त्याचा आनंद तुला घेता येईल ना?'' अण्णा म्हणाले.

''मी येणारच आहे राहायला इथं.''

''मग ठीक आहे.''

त्यांचं बोलणं होईपर्यंत पाऊस थांबला होता. त्यामुळे सगळेजण तिथून निघाले. घरी पोचेपर्यंत काळोख पडू लागला होता. होडीतून उतरल्यावर प्रभाकरनं भिक्याच्या हातांत पैसे ठेवले.

''अण्णानू , इतक्ये पैशे नाय होत'' भिक्या अण्णांकडे बघत म्हणाला.

''अरे राहू दे. मी आता इथं सारखा येणारचं आहे.'' प्रभाकर त्याच्याकडे बघत म्हणाला.

घरी गेल्यावर प्रभाकरला कळलं की रमा त्यांची वाट बघून तिच्या घरी परत गेली होती. प्रभाकरला तिला सगळं सांगायचं होतं. पुढच्या योजना आणि तिच्याशी लग्न करून तिला कुंभीच्या नव्या घरांत न्यायची त्याची योजनाही तिला सांगायची होती. तिचं मतही विचारायचं होतं.

पण आता ते काहीच शक्य नव्हतं. विसुला आपला मानस सांगून ठेवावा असं त्याला वाटलं आणि त्यानं त्याला तसं सांगूनही ठेवलं.

''तुमच्याकडे ती बरेच वेळा येते असं अण्णा म्हणत होते. तिच्या कानावर घालून ठेव. मी येईन पुढच्या महिन्यात. तोपर्यंत तिचं काय म्हणणं आहे ते विचारून ठेव.''

''अरे पण ती कोण, कुठली, तिचे आई-वडील, घराणं कसलीच माहिती नाही आपल्याला'' विसू म्हणाला.

''त्याच्याशी मला काही घेणं-देणं नाही.''

''तुझ्या घरचे तरी विचारतीलच ना?''

‘‘विश्वंभर, तुला माहीत आहे मी सडाफटींग माणूस आहे. आई-बाबांशी पटलं नाही म्हणून घर सोडून बाहेर पडलो आहे.’’

‘‘ते माहीत आहे रे. पण त्या मुलीची तरी माहिती नको का कळायला आपल्याला?’’

‘‘मला नकोय तिची माहिती. तुला हवी असली तर काकूंना म्हणजे तुझ्या आईला विचार. त्यांना असेल माहिती.’’

‘‘मी काढणारंच आहे तिची माहिती. मित्राला फिकीर नसली तरी मला आहे ना?’’ विसू म्हणाला.

‘‘ते तू काहीही कर पण माझी इच्छा तिला सांग आणि तिचं मतंही विचारून घे.’’

‘‘हो. मी सांगतो तिला. काही काळजी करू नको.’’ विसूनं त्याला आश्वस्त केलं.

रात्री अण्णांशी बोलून त्यानं कुंभीच्या जागेविषयी निर्णय घेतला. अण्णांनी सांगितलेली किंमत त्याच्या अपेक्षेपेक्षा खूप कमी होती. तेवढी तो एक-दोन हप्त्यांत त्यांना देऊ शकला असता.

‘‘अण्णा, मी दोन हप्त्यांत सगळी किंमत देईन. चालेल ना?’’ त्यानं विचारलं.

‘‘हो नक्की चालेल. तुझी तयारी असेल तर पावसाळा संपला की विसू कुंभीला जाऊन जागा रान काढून मोकळी करून घेईल. तू पुन्हा येशील तेव्हा दोघंही तिथं जाऊन बांधकाम कुठं आणि कसं करायचं, आंब्याची, काजूची, नारळाची झाडं, विहीर असं सगळं ठरवून घ्या.’’

‘‘हो, चालेल अण्णा. मला असंही वाटतंय अण्णा की त्या भिकू होडीवाल्याला देऊ घराचं काम.’’

‘‘चालेल. खूप विश्वासू आहे आणि त्याचा मुलगा दत्तूही येईल त्याच्या मदतीला.’’ अण्णांनी संमती दिली.

दुसऱ्या दिवशी प्रभाकर कोल्हापूरला परत गेला. पावसाळा संपेपर्यंत त्यानं पैशांची जमवाजमव केली. कंपनीकडून थोडी उसनी रक्कम घेतली आणि आपण येत असल्याचा दिवस पत्रानं अण्णांना कळवून ठेवला. पत्र मिळालं असतं तर ठीकच होतं. नसतं तरी काही बिघडणार नव्हतं.

᪥ १० ᪥

ठरल्या दिवशी तो एस.टी.नं निघाला आणि संध्याकाळी आडगावच्या तिठ्यावर उतरला.

तिथं त्याची वाट बघत उभी होती रमा!

''रमा? तू इथं? इतक्या संध्याकाळी?'' त्यानं आश्चर्यानं विचारलं.

''तू आज येणार असं विसू म्हणत होता.''

''म्हणजे त्याला पत्र मिळालं म्हणायचं. आणखी काय म्हणत होता विसू?'' प्रभाकरनं विचारलं.

''आणखी? आणखी काहीच नाही.'' रमा म्हणाली.

ते ऐकून प्रभाकर नाराज झाला. विश्वंभरनं तिला प्रभाकरच्या मनातली इच्छा इतक्या दिवसात सांगितलीच नव्हती.

''आपण चहा घेऊया ?'' असं म्हणत तिनं थोडं बाजूला असलेल्या लहानशा दुकानाकडे बघितलं. प्रभाकरला आश्चर्य वाटलं. मागच्या वेळी ते दुकान पाहिल्याचं त्याला अजिबात आठवत नव्हतं.

''चल घेऊया'' असं म्हणून प्रभाकर तिच्याबरोबर दुकानापाशी आला. चहा घेऊन होईपर्यंत काळोख पडायला सुरुवात झाली होती.

''चल, आपल्याला लौकर खाली जायला हवं.'' प्रभाकर म्हणाला.

''मी अण्णांच्या घरी येत नाहीये. मी तुला माझ्याबरोबर न्यायला आलेय.'' रमानं सांगितलं.

''कुठे?''

''माझ्या घरी. देवडीला. माझं घर अण्णांच्या घरापेक्षा जवळ आहे.''

''पण विसू माझी वाट बघत असेल. मी कळवून ठेवलंय त्याला.''

''तू आला नाहीस असं समजेल तो. त्याची नको काळजी करू. जा उद्या सकाळी.''

''आणि सांगू काय त्याला?''

''ते ठरवुया नंतर.'' असं म्हणून ती देवडीच्या दिशेनं निघालीसुद्धा.

वाढणारा अंधार आजूबाजूचा आसमंत हळूहळू गिळंकृत करीत होता. लांबलचक पसरलेल्या सड्यावर काहीशा अंतरावर एक लहानसं घर दिसत होतं. बाकीची घरं खूप दूर होती आणि घराघरांतून लागलेले मंद दिवे तेवढे दिसत होते. त्या घराजवळ गेल्यावर रमा थांबली.

''हे माझं घर'' ती म्हणाली आणि उघडं असलेलं दार आणखी थोडं आत ढकलून आत पाऊल टाकत त्याला म्हणाली,

''ये आत. ही माझी आई'' समोरच्या बाजेवर बसलेल्या तिच्या आईची तिनं ओळख करून दिली.

''नमस्कार आई'' असं म्हणत प्रभाकरनं त्यांना खाली वाकून नमस्कार केला.

''हा विसू गद्रेचा मित्र आहे. आज त्याची गाडी खूप उशिरा आली म्हणून इथेच राहणार आहे.''

''रहा, काहीच हरकत नाही.'' आई म्हणाल्या.

त्या रात्री प्रभाकर रमेच्या त्या एकच खोली असलेल्या घरी राहिला. कंदीलाच्या खोलीभर जेमतेम पसरलेल्या क्षीण प्रकाशांत त्यांनी जेवण केलं.

बाहेर मिट्ट काळोख होता. चारही बाजूंनी सपाट मोकळ्या असलेल्या सड्यावरून विलक्षण वेगानं वारा घोंघावत होता. आई झोपल्यावर घराबाहेर भिंतीला लागून असलेल्या आणि तीन बाजूंनी झापं लावून बंदिस्त केलेल्या बाकड्यावर बसून प्रभाकरनं आपली सगळी योजना रमेला सांगितली.

''तुझ्याशी लग्न करून कुंभीला यायला मला नक्कीच आवडेल प्रभाकर. पण आमची स्थिति काही फारशी बरी नाही. शिवाय'' रमा त्याला सांगू लागली; पण तिला मध्येच तोडत प्रभाकर म्हणाला,

''बाकी काही सांगू नकोस. मी पुढच्या वेळी येईन तेव्हा तुझ्या आईशी सविस्तर बोलेन.''

''पण तू केव्हा येशील ?''

''दोन-तीन महिन्यांनी'' प्रभाकरनं म्हटलं.

सकाळी लौकर उठून तो अण्णांकडे गेला. विसू जवळंच उभा होता. त्यानं

विचारलं,

''काय रे आत्ता कसा काय आलास?''

''अरे, काल ती रमा होती तिठ्या जवळ उभी. खूप उशीर झाला होता म्हणून काल तिच्या घरी देवडीला जाऊन राहिलो.'' प्रभाकर म्हणाला.

''ठीक आहे. आलं लक्षांत'' विसू म्हणाला.

प्रभाकरला लगेच दुसऱ्या दिवशी कोल्हापूरला जायचं होतं. त्यामुळे दिवसभरात सगळी कामं त्याला संपवायची होती. जागेची ठरलेली किंमत त्यानं अण्णांच्या स्वाधीन केली आणि जमीन आपल्या नांवावर करून घेतली. संध्याकाळी विसूला घेऊन प्रभाकर त्या जागेवरही गेला. तिथल्या जागेचा कसा उपयोग करायचा, कुठे बांधकाम करायचं अशा सगळ्या गोष्टी ठरवून झाल्या. परत येत असताना प्रभाकर म्हणाला,

''विसू, अरे काल संध्याकाळी...''

''काही सांगू नको. असंच काहीतरी होईल याची खात्री होती मला. तू येणार आहेस हे सांगितल्यावर तिच्याकडे बघूनच मला याचा अंदाज आला होता. काय ठरलं मग?''

''ती तयार आहे. मी पुढच्या वेळी आलो की नक्की करणार आहोत'' प्रभाकर म्हणाला.

''तरीही एकदा तिच्याबद्दल काही माहिती मिळते का बघ'' विसू म्हणाला.

''मला तर त्याची काहीच गरज वाटत नाहीये. आणि माझ्यापेक्षा तुलाच ती माहीती कळेल असं तुला नाही का वाटत? तुला हवं असेल तर मिळवं माहिती; पण त्यानंतरही माझा निर्णय बदलणार नाही.''

''मी प्रयत्न केला; पण फारसं काही कळलं नाही. आईलाही काही माहिती नाही तिच्याबद्दल. तिची आई माझ्या आईला एकदाच कधीतरी तिठ्यावरंच भेटली होती. पण मुलगी चांगली आहे असं आईला वाटतंय.'' विसू म्हणाला.

''मग झालं तर. तेच तर माझंही म्हणणं आहे.'' प्रभाकरनं विषय संपवला. खाडी पार करून आल्यावर त्यानं भिक्याला म्हटलं,

''भिक्या, तू विसू दादाला मदत करशील ना मी घेतलेल्या जागेची कामं करायला? पैसे देईन भरपूर.''

''होय तर. माका अण्णा बोलले होते. माझो झील दत्तू पण येत. चलात ना?'' भिक्यानं विचारलं.

''चालेल चालेल येऊ दे त्यालाही.'' प्रभाकरनं म्हटलं.

दुसऱ्या दिवशी आडगावहून निघण्यापूर्वी प्रभाकरनं विसूकडे बरेच पैसे दिले आणि म्हणाला,

''यातून सगळा खर्च कर.   तू माझ्यासाठी जे सगळं प्रेमानं करतो आहेस त्याची परतफेड मला कधीच करता येणार नाही. पण तू, आई आणि अण्णांसाठी ही छोटीशी भेट'' असं म्हणून त्यानं त्याच्या बॅगेतून एक नवीन रेडिओ, साडी आणि पैसे असलेलं एक पाकीट काढून अण्णांच्या हातात दिलं.

''अरे हे काय आता?'' अण्णा म्हणाले.

''हे काहीच नाही अण्णा. आडगावच्या भेटीनं आणखीही एक छान भेट मला दिली आहे.'' असं म्हणून तो झपाझप पावलं उचलीत एस. टी. पकडायला तिठ्याच्या दिशेनं निघाला.

~ ११ ~

दोन-तीन महिन्यांनी येतो असं सांगून प्रभाकर परत गेला होता; पण जवळजवळ सहा महिने त्याला कंपनीतून बाहेर पडताच आलं नाही. विसूची पत्रं अधूनमधून येत होती त्यावरून कुंभीच्या घराचं बांधकाम कुठवर आलं ते कळत होतं. भिक्या आणि त्याचा मुलगा दत्तू यांनी जवळपासची माणसं हाताशी घेऊन काम संपवत आणलं होतं. आंब्याच्या आणि नारळ-पोफळीच्या बागेचं कामही मार्गी लागलं होतं. खाडीच्या जवळंच एक लहानशी विहीर खोदून पाण्याची सोय करून झाली होती. नंतर घराजवळ मोठी विहीर खोदायची होतीच.

सहा महिन्यांनी कंपनीला अचानक दोन-तीन दिवसांची सुट्टी मिळाली आणि प्रभाकर आडगावी हजर झाला. पत्र पाठवून कळवायलाही त्याला जमलं नव्हतं.

''बरं झालं आलास. उद्या कुंभीला येऊ जाऊन.'' विश्वंभर म्हणाला.

''ते तर जाऊच. पण रमालाही भेटून यायचं आहे.''

''ती गेल्या सहा महिन्यांत फक्त एकदाच आली होती.''

''आपणच जाऊन येऊ. तूही असलास की बरं.''

''आधी कुंभीला जाऊ आणि मग तिकडे जाऊ'' विसू म्हणाला.

दुसऱ्या दिवशी सकाळीच दोघे कुंभीच्या दिशेनं निघाले. त्यांना बघून झोपडीतून बाहेर आलेली व्यक्ती भिक्या नव्हती.

''हा कोण रे?'' प्रभाकरनं विचारलं.

''हा दत्तू. भिक्याचा मुलगा.भिक्या मागच्या महिन्यांत होडी चालवताना तोल जाऊन पाण्यांत पडला आणि ओहोटीच्या पाण्याबरोबर वहात गेला.''

''अरेरे. चांगला माणूस होता रे.''

''काय करणार? पाण्याला ओढंच एवढी होती की त्याला हात-पाय मारताही

आले नाहीत म्हणे!''

दत्तूही बापासारखा सराईतपणे होडी चालवीत होता. त्याचं बोलणं, वागणं प्रभाकरला खूपच भावलं. त्याचे आणि प्रभाकरचे बंध त्या पहिल्याच भेटीत अगदी घट्ट झाले.

कुंभीच्या घराचं आणि आजूबाजूचं काम बघून प्रभाकर खूश झाला.

''आता मी येईन तो राहायलाच येईन इथं'' तो विसूला म्हणाला.

''महिन्याभरानं आलास तरी आता राहता येईल.''

''शिवाय इथून देवडीला जाऊन सगळं ठरवताही येईल.''

''त्यासाठी तरी नक्कीच येशील. नाही का?'' विसूनं हसत हसत म्हटलं.

प्रभाकरच्या मनांतही तसंच होतं. परत येताना प्रभाकरनं दत्तूच्या हातांवर दहा रुपयांच्या दोन-तीन नोटा ठेवल्या. त्या काळी ती खूप मोठी रक्कम होती.

''आबानू? इतके पैशे?'' दत्तू म्हणाला.

''याचं नाव आबा नाहीये'' विसू म्हणाला.

''मी ठेवलंय. माझ्या एका भावाक आमी आबा म्हणताव.''

''वा. छान नाव आहे. काय आबा निघायचं का?'' विसू प्रभाकरकडे बघत म्हणाला.

दोघेही खळखळून हसले. दुपार नंतर दोघे देवडीला गेले. ऐसपैस पसरलेल्या त्या सड्यावर जवळपास एकही घर नव्हतं!

जिथं प्रभाकरला घेऊन रमा आली होती तिथं जे घर होतं ते प्रभाकरला थोडं वेगळंच वाटलं. ''हे घर खूप पडकं होतं.'' विसूला तो तसं म्हणालाही.

घराचा किलकीला दरवाजा ढकलून दोघे आत आले. समोरच्या कोपऱ्यात एक वयस्कर बाई काहीतरी करत बसली होती. पण ती रमेची आई वाटत नव्हती.

''काकू...'' प्रभाकरने हाक मारली.

त्या बाईनं मान वळवून पाहिलं.

''काय रे बाळांनो.''

''काकू, इथं रमा रहाते ना?'' प्रभाकरनं विचारलं.

''ती मुंबैला गेली आहे. तिच्या आईबरोबर.''

''तुम्ही?''

''मी तिची काकू.''

''मी काही दिवसांपूर्वी इथं आलो होतो तेव्हां.''

''तेव्हां मी नव्हते इथे.''

"केव्हां येईल रमा?"

"माहीत नाही रे बाबा."

"पण कशाला गेलीय ती मुंबईला?"

"माहीत नाही. तुम्ही आता गेलात तरी चालेल" तिनं त्यांना बाहेरचा रस्ता दाखवला.

प्रभाकर निराश होऊन निघाला. त्याला सारखं असं वाटत होतं की ती बाई खोटं बोलते आहे. रमा घरातच आहे! पण त्या एवढ्याशा खोलीत ती दिसणारच नाही हेही शक्य नव्हतं. तो म्हणाला,

"विसू, मला वाटतं रमा इथंच आहे."

"चल आता. डोकं फिरलंय तुझं" विसू म्हणाला आणि दोघांनी मान वळवून मागे बघितलं.

घराच्या दारांत त्या बाई शेजारी रमा उभी असावी असं दोघानाही वाटलं. प्रभाकर पुन्हा त्या घराच्या दिशेनं वळणार इतक्यांत विसूनं त्याचा हात गच्च धरला आणि तो म्हणाला,

"बास झालं. चल आता. मी तुला म्हटलं होतं आधी नीट चौकशी कर. आता काय समजायचं यातून आपण?"

"मला तर काही कळतंच नाहीये. ही बाई अचानक इथं कुठून आली? आणि हे घरही वेगळंच दिसतंय. रमाच होती का रे आता दिसली ती?" प्रभाकरही गोंधळून गेला होता.

"कोण जाणे! अशी किती माणसं आपल्यात मिसळून सावल्या बनून आपल्यामध्ये रहात असतील!" विसू म्हणाला. ते ऐकून प्रभाकर क्षणभर शहारलाच!

"म्हणजे?"

"माझी आई म्हणते की आज जिवंत नसलेली कितीक माणसं नकळत आज आपल्यातच मिसळून रहात असतील. माणूस म्हणूनच."

"काहीतरीच काय विसू?" प्रभाकरनं थोडंस घाबरूनच म्हटलं.

"बरं ते जाऊ दे. आता पुढे काय करायचं ठरवलं आहेस?"

"आता काय रमा केव्हा येतेय ते बघायचं. मी येईन पुन्हा पुढच्या महिन्यांत. तू जरा लक्ष ठेवशील का?"

"म्हणजे काय करू? रोज इथं येऊन बघू का?"

"तसं नव्हे रे. ती आली तर तुमच्याकडे नक्की येईल. तुझ्याकडून मला ती

आल्याचं कळेल याची खात्री असेल तिला.''

''एवढा विश्वास आहे तुला?''

''अजून तरी आहे'' प्रभाकर म्हणाला.

दुसऱ्या दिवशी तो कोल्हापूरला परत गेला आणि त्यानंतर दर महिन्याला 'घर किती पूर्ण झालं ते बघायला आलो होतो' या सबबीवर सलग चार महिने आडगावला येत होता. पण रमा त्या काळात त्याला एकदाही दिसली नव्हती.

त्यानंतर पुन्हा एकदा तो विसूकडे येण्यासाठी कोल्हापूरहून निघाला. त्या वर्षीचा पाऊस सुरू झालाच होता आणि जिवाच्या आकांतानं तो सगळीकडे नुसता कोसळत होता.

प्रभाकर तिठ्यावर उतरला आणि सरळ देवडीच्याच दिशेनं निघाला. सतत पडणाऱ्या पावसाच्या मुसळधार सरींमुळे सगळीकडे आसमंत धूसर झाला होता. प्रभाकरच्या थोड्याशा अंतरावर रमेचं ते पडकं घर दिसलं.

तो अधीर होऊन घरापाशी पोचला. अर्धवट उघडा दरवाजा त्यानं आत ढकलला आणि काही कळण्याआधीच तो आवाज करीत खाली कोसळला.

''कोण आहे? कोण आहे?'' असं म्हणत पडलेल्या दारासमोर आलेली बाई रमेची आई होती! मागच्यापेक्षा खूपच म्हातारी वाटत होती.

''मी, प्रभाकर, विसू गद्रेचा मित्र'' तो कसंबसं म्हणाला.

तिनं त्याच्याकडे निरखून पाहिलं.

''कोण प्रभाकर? कोण विसू गद्रे?'' त्या बाईंनी विचारलं.

''आडगावातले.''

''मी नाही ओळखत.''

''तुम्ही रमेच्या आई ना?''

''कोण रमा? तुम्ही काय बोलताय मला काहीच कळत नाहीये.''

प्रभाकरनं उभ्या उभ्याच मागच्या वेळी तो तिथं आला होता तेव्हांची सगळी हकीगत सांगितली. आता बाहेर काळोख दाटून येऊ लागला होता. त्याला लौकर तिथून निघायला हवं होतं नाहीतर विसुच्या घरी पोचायला रात्र झाली असती.

''मी निघतो.'' तो म्हणाला.

''निघतो म्हणजे? हे दार मोडलंस माझ्या घराचं. मी एकटी कशी राहू रात्री अशा उघड्या घरांत?'' ती बाई वस्सकन् अंगावर येत म्हणाली.

प्रभाकरला क्षणभर काय बोलावं तेच कळत नाही.

''आज रात्री इथंच राहा. उद्या माझं दार बसवून दे आणि मग जा कुठे जायचं

ते'' असं म्हणत ती आत वळली. प्रभाकरनं तिच्याकडे पाहिलं आणि त्याला जाणवलं की ती रमेची आई नाहीये. आत्ता ती वेगळीच दिसत्ये आहे. त्यानं दार उचलून काही करता येईल का ते पाहिलं. पण निदान त्यावेळी तरी काही करणं शक्य नव्हतं.

तो आत आला. एकच खोली असलेल्या त्या घरांत काहीही नव्हतं. ती बाई तिथं रहात असेल असं त्याला वाटलं नाही.

''मी इथे फक्त रात्री असते. दिवसभर तिठ्याच्या आजूबाजूला फिरत असते. मिळतं खायला काहीतरी'' ती बाई पुढं येत म्हणाली.

''म्हणजे?'' प्रभाकरनं तिच्या उत्तरानं गोंधळून जाऊन पुढे म्हटलं,

''तुम्ही आहात तरी कोण?''

बाहेर शांत नीरव आणि भयाण शांतता होती. सड्यावरचा भणभणणारा वारा उघड्या दारातून सारखा त्या पडक्या घरांत घुसू पहात होता.

''सांगू?'' असं विचारत ती खोलीतल्या भिंतीला टेकून खाली बसली.

प्रभाकर तिच्या समोरच्या भिंतीला चिकटून खाली घसरला. पुढे बराच वेळ तो त्या बाईचं बोलणं ऐकत होता आणि ऐकता ऐकता केव्हा झोपला ते त्याचं त्यालाच कळलं नाही.

सकाळी तो जागा झाला तेव्हां खोलीत ती बाई नव्हती.

तो पटकन् बाहेर आला. सकाळच्या प्रसन्न कोवळ्या उन्हात सगळा परिसर न्हाऊन निघाला होता.

घराच्या आजूबाजूला आणि खूप दूरवर माणसाचं अस्तित्व कुठेही जाणवत नव्हतं. बरोबर आणलेल्या पिशवीतली पाण्याची बाटली काढून त्यानं चेहऱ्यावर पाणी मारलं. थोडा ताजातवाना झाला आणि तिठ्याच्या दिशेनं निघाला.

त्या बाईनं रात्रभर बडबड करून त्याला जे सांगितलं त्यातलं त्याला फारसं काही आठवतचं नव्हतं. त्याला आठवत होतं ते एवढंच की ती बाई ज्या रमेच्या घरांत रहात होती ते घर तिनं अनेक दिवस रिकामं असल्याचं बघून ठेवलं होतं. तिठ्यावर इकडेतिकडे फिरणाऱ्या आणि कसलाही आगापिछा नसणाऱ्या त्या बाईनं रात्री डोकं ठेवण्यापुरता त्या घराचा वापर करायला सुरुवात केली होती.

ती तिथंच कुठेतरी असेल असं तिठ्यावर पोचल्यावर त्याला वाटलं. पण तिथं कुणीही नव्हतं. प्रभाकरनं आडगावला न जाता तिथूनच कोल्हापूरला जायचं ठरवलं आणि तो विजयदुर्गहून येणाऱ्या गाडीची वाट बघत बसून राहिला.

बऱ्याच वेळानं तिथलं चहाचं दुकान एका माणसानं येऊन सुरू केलं.

चहा घेता घेता प्रभाकरनं त्या चहावाल्याशी बोलून काही माहिती मिळते का

ते पाहिलं. त्याला एवढंच कळलं की तो म्हणतो तशी कोणीही बाई त्या भागात फिरतांना त्या चहावाल्यानं कधी बघितली नव्हती आणि जवळचं ते पडकं घर आज अनेक वर्षे तसंच होतं. त्या चहावाल्याच्या आजोबांच्या काळात तिथं म्हणे तीन-चार बायकाच राहायच्या. रात्री कधीकधी तिथून देवडीला जाणाऱ्यांना घरांत मंद दिवा अजूनही दिसतो आणि माणसं बोलत असल्याचं ऐकायला येतं पण कोणी दिसत नाही!

कसलीच संगती लागत नव्हती. त्यानं पाहिलं, अनुभवलं होतं ते खरं की तो चहावाला म्हणतो ते खरं? प्रभाकर सुन्न होऊन गाडीची वाट बघत होता.

रमा तर खरीच भेटली होती त्याला की तीही काही दिवसांसाठी राहिली होती तिथं तिच्या आईबरोबर?

प्रभाकरच्या डोक्यात विचारांचं काहूर माजलं होतं.

थोड्या वेळानं देवडीच्या बाजूनं कोणीतरी तिठ्याकडे येताना त्याला दिसला. तो प्रभाकर जवळ येऊन उभा राहिला आणि त्यानं कोल्हापूरला जाणारी गाडी अजून यायची आहे का असं त्याला विचारलं. त्याच्याशी बोलताना प्रभाकर म्हणाला,

''गाडी येईलच इतक्यात. मीही तिकडेच चाललोय'' थोडं थांबून तो म्हणाला,

''हे चहाचं दुकान आहे म्हणून चहा तरी मिळाला.''

''अहो इथे काहीच मिळत नव्हतं. हा चहावाला आताशी आलाय इथे. पंधरा दिवसांपूर्वी.'' तो माणूस म्हणाला.

पण सात-आठ महिन्यांपूर्वी रमेबरोबर चहा घेतल्याचं प्रभाकरला चांगलं आठवत होतं.

''याच्या आधी...''

''छे हो. याच्या आधी काहीच मिळायचं नाही या तिठ्यावर.''

लांबून एस.टी.ची गाडी येताना दिसली आणि त्या माणसानं गाडी थांबवायला हात वर केला!

❧ १२ ☙

कोल्हापूरला आल्यावर कंपनी सोडून दोन-तीन महिन्यांत कुंभीलाचं जाऊन राहायचं प्रभाकरनं ठरवलं होतं. त्यानुसार त्यानं आवराआवरीला सुरुवात केली. कंपनीनं त्याची हुशारी आणि क्षमता बघून त्याला रोज कंपनीत न येता रेडिओची सर्किट्स घरी बनवून पाठविण्याची मुभा दिली. त्यामुळे लौकरच तो तिथून बाहेर पडू शकला.

विसूकडून घर तयार असल्याचं त्याला कळलं होतंच. त्याला भेटून तो लगेचच कुंभीच्या नव्या घरी दाखल झाला. रमेची आडून आडून चौकशी केल्यावर त्याला कळलं की ती मुंबईहून अजून आलेली नाही.

दत्तूची त्यानं आपल्या नव्या घराच्या मागच्या बाजूला लहानशी खोली बांधून राहायची सोय करून दिली. दत्तूची बायकोही खाडीजवळचं आपलं खोपटं सोडून तिथंच राहायला आली.

दत्तू त्याचा हरकाम्या बनला होता. सगळं प्रेमानं करत होता. प्रभाकरही त्याची काळजी घेत होता. थोड्या दिवसांनी गावांत त्याला जमीन, घर असं सगळं द्यायचं प्रभाकरनं ठरवलं होतं.

प्रभाकरचं गावातलं महत्त्व दिवसेंदिवस वाढत होतं. गावातल्या प्रत्येकाला त्याचा मोठा आधार वाटू लागला होता. अडीअडचणीला तो लोकांना पैशांची मदत करत होता. मुळात तो प्रेमळ आणि कनवाळू होताच. त्याच्यासाठी कुठलंही काम करायला गावातले लोक तयार असत.

दत्तू त्याला आबा म्हणायचा म्हणून गावातले लोकही त्याला आबा नाहीतर प्रभाकरपंत म्हणू लागले होते.

घरी तयार झालेली रेडिओ सर्किट्स एकदा कोल्हापूरला कंपनीत नेऊन द्यायची होती.

''आडगावातून मोठ्या रस्त्याक जाण्यापेक्षा होडीनं खाडीतून भरतीच्या वेळेक खारेपाटणाक जावूया. थयसून जास्त गाडये आसत'' असं दत्तू म्हणाला म्हणून एका रात्री भरतीच्या वेळी खाडीतून दोघे खारेपाटणला गेले. तिथून कोल्हापूरला जाण्यासाठी बऱ्याच गाड्या मिळायच्या. एका दिवसांत काम आटपून ते संध्याकाळी ओहोटीच्यावेळी खारेपाटणातून निघून पहाटेपर्यंत कुंभीला परत आलेसुद्धा.

प्रभाकरला ही योजना खूपच आवडली. रेडिओची कामं, घराची आणि बागेतली कामं, शिवाय गावातल्या लोकांच्या अडचणीचं निवारण यांत प्रभाकर पूर्ण अडकून गेला. सुरुवाती सुरुवातीला येणाऱ्या रमेच्या आठवणींची तीव्रताही कमी झाली.

दत्तूला त्यानं रमेविषयी थोडंफार सांगितलं होतं. प्रभाकरनं चार-पाच वेळा तिची खबरबात काढायला आडगावला आणि देवडीलाही पाठवलं होतं. पण ती मुंबईला गेली आहे यापलीकडे काही माहिती मिळाली नव्हती.

कामाच्या वाढत्या व्यापामुळे रेडिओची सर्किट्स स्वतः कोल्हापूरला कंपनीत घेऊन जाणं प्रभाकरला त्रासाचं वाटू लागलं होतं. एकदा त्यानं कंपनीत विचारलं की सर्किट्स पोस्ट पार्सलने पाठवली तर चालेल का म्हणून. काळजीपूर्वक पॅकिंग करून पाठवायला काहीच हरकत नाही असं त्याला सांगण्यात आलं. त्यामुळे खारेपाटणच्या पोस्टातून पार्सल होईल का हे विचारावं असं त्याच्या मनात आलं. पण तो तिथं पोचेपर्यंत पोस्ट ऑफिस बंद झालं होतं. त्यामुळे खारेपाटणमध्ये राहायची सोय होईल का याची चौकशी करता करता तो तिथल्या पोस्टमास्तरनाच भेटला.

त्याचं बोलणं, वागणं आणि व्यक्तिमत्त्व यामुळे प्रभावित होऊन पोस्टमास्तरांनी त्याला पोस्टातंच राहायला सांगितलं. पोस्टाच्या इमारतीतच एका बाजूला ते स्वतः रहात होते.

सकाळी उठल्यावर त्यांनी प्रभाकरच्या शंकेचं निरसन केलं.

''आपल्या ह्या पोस्टातून तुम्ही दिलेलं पार्सल कोल्हापूरला पाठवता येईल. तुम्ही त्याचं नीट पॅकिंग करून आणा म्हणजे झालं.'' ते म्हणाले.

''मोठी काळजी मिटली. मी किंवा माझा मदतनीस दत्तू येईल दर महिन्याला पार्सल घेऊन.''

''हो चालेल. काही काळजी करू नका.'' त्यांनी म्हटलं.

त्यानंतर प्रत्येक महिन्याला प्रभाकर पोस्टात येऊन सर्किट्सचं पार्सल कंपनीला पाठवू लागला. या दरम्यान त्याचा आणि पोस्टमास्तरांचा परिचय वाढला आणि एक दिवशी ते प्रभाकरला स्वतःच्या घरीच घेऊन आले. तो येत असल्याचा त्यांनी त्यांच्या घरी शिपायाबरोबर निरोपही पाठवला.

घरी गेल्यावर त्यांनी त्यांची बायको आणि मुलीची त्यांच्याशी ओळख करून दिली.

''ही माझी बायको आणि ही मुलगी जानकी. यावर्षी तिचं लग्न करायचा घाट घातला आहे.''

''अरे वा. छान'' जानकीकडे बघत प्रभाकर म्हणाला. जानकीनं पुढं येत वाकून नमस्कार केला आणि म्हणाली,

''अप्पा, मी पोहे घेऊन येत्ये''

''हो. जा पोहे आणि चहा घेऊन ये.'' असं म्हणून ते प्रभाकरकडे वळले आणि म्हणाले,

प्रभाकरपंत, आज बरेच दिवस मी तुम्हाला पाहतोय. तुम्हाला एक गोष्ट विचारायची आहे. तुमचा स्वभाव पाहून आज विचारायचं धाडस करतोय.

''असं का म्हणताय अप्पा? विचारा की. अगदी मोकळेपणानं विचारा'' प्रभाकर म्हणाला.

पण तरीही बराच वेळ त्यांनी काही विषय काढला नाही. प्रभाकरनं पुन्हा एकदा विचारल्यावर मात्र त्यांनी सरळंच जानकीशी लग्न कराल का, असं विचारलं.

प्रभाकरला त्यांनी घरी बोलावलं तेव्हांच त्याला असं काहीतरी असेल असं वाटून गेलं होतं. त्यानं याआधीही तिला पोस्टात आलेली असतांना पाहिलं होतं. मुलगी चांगली वाटत होती.

''अहो पण माझ्याबद्दल तुम्हाला कुठं काय माहिती आहे?'' त्यानं विचारलं.

''मी तुमच्या बद्दलची सगळी माहिती यापूर्वीच मिळवली आहे. तुम्ही पहिल्या वेळी जेव्हां इथं राहिला होतात ना तेव्हापासूनच माझ्या मनात हा विचार होता.'' अप्पा म्हणाले.

''हो का?''

''जानकी मॅट्रिक पास आहे. मनमिळावू आहे. कामसूही आहे. कुंभीला राहून तुमचा संसार नेटका करील याची खात्री आहे मला.''

''मी कळवतो तुम्हाला'' एवढंच सांगून तो तिथून निघाला.

कुंभीला गेल्यावर विसूकडे दत्तूला पाठवून पुन्हा एकदा रमेची माहिती काढण्याचा त्यानं प्रयत्न केला. पण रमा बरेच दिवसांत त्यांच्याकडेही आलेली नव्हती. तिच्याबद्दल कोणाला काहीच माहीत नव्हतं.

शेवटी प्रभाकरनं जानकीशी लग्न करायचा विचार नक्की केला. पण तिला कुंभीला राहणं कितपत आवडेल याविषयी त्याच्या मनांत शंका होती. शिवाय प्रभाकर

हा खूप स्वतंत्र विचार करणारा होता. आई वडिलांनी ठरविलेल्या मुलाबरोबर मुलींनं डोळे झाकून लग्न करावं हा विचार तर त्याला मुळीच मान्य नव्हता. त्यामुळे जानकीची इच्छाही समजून घेणं त्याच्या दृष्टीनं महत्त्वाचं होतं. पुढच्या वेळी जेव्हा पार्सल करण्यासाठी तो दत्तूला घेऊन खारेपाटणला गेला तेव्हां त्यानं अप्पांना म्हटलं,

''अप्पा, जानकीचाही या बाबतीत विचार घ्यायला पाहिजे असं मला वाटतं. तिला कुंभीचं माझं घरंही दाखवायला हवं. तुम्ही तिला आणि आईंना घेऊन कुंभीला आलात तर बरं होईल.''

''नाही हो मला आत्ता जमेल असं वाटत नाहीये. पण आम्ही नंतर नक्कीच येऊ.'' अप्पा म्हणाले.

''तुमची परवानगी असेल तर मी जानकीला नेऊन आणू का?''

''असं म्हणताय? पण रात्रीपर्यंत राहू नका तिथंच. संध्याकाळी घरी आणून सोडायला जमेल का?''

''ते थोडं कठीण वाटतंय प्रभाकर म्हणाला होडीनं जायचं-यायचं म्हणजे भरती-ओहोटी बघावी लागेल. नाहीतर फार वेळ लागेल'' त्यानं दत्तूकडे बघितलं.

''परत येवक रात्र होतली'' दत्तूही म्हणाला.

''तुम्ही असं करा प्रभाकरपंत. सध्यातरी तुम्ही तिच्याशी इथंच बोला. तिची मतं जाणून घ्या. मला खरं म्हणजे त्याची काही गरज वाटत नाही. असं कोणी करतही नाही.''

''कोणी करत नसलं तरी आपण ते करू नये असं थोडंच आहे. मी तरी तिचं मत कळल्याशिवाय पुढं जाणार नाही'' प्रभाकरनं निर्वाणीचं सांगून टाकलं. अप्पांच्या पुढेही मग पर्याय राहिला नाही.

''ठीक आहे. घ्या बोलून. फक्त बाहेर जाऊ नका. इथंच बोला काय ते.'' अप्पा लोकापवादाला घाबरत होते. प्रभाकरला ते समजत होतं.

त्या दिवशी तिथंच एका खोलीत बसून त्यानं जानकीशी बोलून तिचं मत विचारलं आणि तिच्या मानसिकतेचाही अंदाज घेतला. ती खूप सरळ, साध्या स्वभावाची आहे याची त्याला खात्रीच पटली.

तिची काहीच तक्रार नव्हती. पण एकदा कुंभीला जाऊन घरदार बघून यावं असं तिलाही वाटत होतं. प्रभाकरनं तसं आप्पाना सांगितलं. अप्पा तयार झाले.

''आता पावसाळा सुरू होईल. त्याआधी जाऊन या म्हणजे झालं'' आप्पा म्हणाले.

आप्पा म्हणाले ते खरं होतं. एकदा पाऊस सुरू झाला की होडीचा प्रवास

आणखीनंच त्रासदायक झाला असता. म्हणजे पुढच्या आठ दिवसांतच जाऊन यायला हवं असं दत्तूही म्हणाला.

प्रभाकर आणि दत्तू खारेपाटणहून कुंभीला परतले.

पण पाऊस सुरू व्हायच्या आत प्रभाकरला कामाच्या व्यापामुळे खारेपाटणला जाणं जमलं नाही. दत्तूशी बोलून आणि भरतीची वेळ बघून पाऊस सुरू झाल्यावर एके दिवशी तो पहाटे पहाटेच खारेपाटणला पोचला. ''आप्पा, मी जानकीला घेऊन लगेच निघतो कुंभीला म्हणजे संध्याकाळी तिला इथं आणून सोडता येईल'' त्यानं अप्पांना सांगितलं आणि अप्पांची परवानगी मिळाल्यावर लगेचच तिथून निघाला.

कुंभीचं प्रभाकरचं घर, विहीर आणि आंब्याची बाग, नारळी, पोफळी, काजू, रातांबे अशी सगळी झाडं बघून जानकी खूश होऊन गेली. प्रभाकरच्या गांवातल्या ओळखी, गावकऱ्यांचं त्याच्याविषयीचं प्रेम हे सगळं बघून अगदी आनंदून गेली. प्रभाकरलाही तिला वाटलेलं समाधान बघून बरं वाटलं.

खारेपाटणला परत जायला त्यांना तसा उशीरंच झाला होता आणि पाऊसही सुरू झाला होता. पाऊस कमी होईल या आशेवर त्यांनी आणखी थोडा वेळ काढला पण पावसानं हां हां म्हणता एकदम जोर धरला.

वाराही जोरानं वाहू लागला.

''ह्या सुरुवातीच्या पावसाचो काय भरवसो नाय. कदी कमी होयंत ता सांगूक येवचा नाय आबानू'' दत्तू प्रभाकरकडे बघत म्हणाला.

''मग काय करायचं म्हणतोस?'' प्रभाकरनं त्याला विचारलं.

''बगूया काय होता.'' तो म्हणाला.

पण पाऊस कमी व्हायचं नाव घेत नव्हता. उलट, त्याचा जोर खूप वाढला होता. त्या तशा तूफानी पावसांत खारेपाटणला जाणं केवळ अशक्य होतं. दत्तूही धोका पत्करायला तयार नव्हता. जानकीला रात्री तिथंच राहण्याशिवाय गत्यंतर नव्हतं.

❧ १३ ❧

त्या दिवशी संध्याकाळी सुरू झालेला पाऊस पुढचे दोन दिवस अखंड ओतत होता. जानकीच्या घरी काही कळवंणही शक्य नव्हतं.

त्या दोन दिवसांत प्रभाकर आणि जानकी एकमेकांच्या खूप जवळ आले. लौकरात लौकर लग्न करणं गरजेचं असल्याचंही त्यांच्या लक्षात आलं. पाऊस थांबल्यावर लगेचच प्रभाकरनं खारेपाटण गाठलं. पावसामुळे आपण कसे अडकून पडलो ते सांगून त्यानं वेळेत येऊ न शकल्याबद्दल आप्पांची क्षमा मागितली.

''प्रभाकरपंत, अहो क्षमा कशाला मागताय? यात तुमची काही चूक होती का? उलट अशा वादळात होडीनं येण्याचा निर्णय नाही घेतलात तेच चांगलं केलंत'' आप्पा म्हणाले.

पुढच्याच महिन्यांत आप्पांनी त्यांचं लग्न लावून दिलं आणि जानकी कुंभीला आली.

आपल्या प्रेमळ स्वभावामुळे प्रभाकरप्रमाणेच गावातल्या लोकांची ती लाडकी 'जानकीकाकू' बनली. दत्तूला आणि त्याच्या बायकोलाही ती खूप जिवाभावाची आणि जवळची वाटू लागली होती. प्रभाकरची खऱ्या अर्थानं सहधर्मचारिणी होऊन त्याच्यासाठीच जीवन व्यतीत करू लागली.

वर्षभरात नारायण उर्फ नानूचा जन्म झाला. पुढच्या दोन वर्षांत सुमीचाही जन्म झाला.

प्रभाकर आता सगळीकडे प्रभाकरपंत आणि त्याहीपेक्षा जास्त 'आबा' या नावानं ओळखला जाऊ लागला. सगळ्या पंचक्रोशीत त्यांच्या मदत करण्याच्या आणि अडीअडचणीला धावून जाण्याच्या स्वभावामुळे 'आबा' अधिकच प्रिय झाले.

आपल्या आंब्यांच्या व्यवसायात आणि नारळ, सुपारीच्या बागेत त्यांनी अनेकांना

काम दिलं. त्याचं कोल्हापूरच्या कंपनीसाठी चाललेलं रेडिओ सर्किट्स तयार करण्याचं काम छंद म्हणून त्यांनी चालूच ठेवलं होतं.

मुलं मोठी झाल्यावर त्यांना कुंभीच्या दोन कोस लांब असलेल्या आणि नवीनच सुरू झालेल्या शाळेत पाठवायला सुरुवात केली होती.

नानूला शाळेत जाऊन शिकण्यात काहीच स्वारस्य वाटत नव्हतं.

''सातवी इयत्ता तरी पास व्हा म्हणजे मिळवलं. त्यानंतर घरी खूप कामं आहेत. ती करा म्हणजे झालं.'' आबा त्याची एकूण प्रगती बघून चिडून म्हणाले होते. नानूला ते अजिबात आवडलं नव्हतं. सुमीला अभ्यास करायला खूप आवडायचं. वर्गातही ती नेहमी सगळ्यांच्या पुढे असायची त्यामुळे ती अर्थातच आबांची जास्त आवडती होती. आबा कधी कधी आईशी फटकून वागायचे, विनाकारण तिच्याशी वाद घालायचे याचा नानूला खूप राग यायचा. ती सगळं सहन करायची. एका शब्दानंही कधी आबांना उलट बोलायची नाही. त्यामुळे त्याला तिचाही राग यायचा.

नानूचं घरच्या कामात, बागेतल्या कामातही लक्ष नसायचं. त्यामुळेही आबा त्याला बोलायचे. या सगळ्या गोष्टींमुळे नानूच्या मनांत आबांच्याविषयी नकळत राग निर्माण झाला होता.

नानू सातवी कसाबसा पास झाला. त्यानं त्यापुढेही शिकावं असं जानकीला म्हणजे त्याच्या आईला वाटंत होतं. आबांचा विरोध नव्हता; पण त्यांना तो पुढं शिकेल याची अजिबात खात्री नव्हती. शिवाय कुंभीत सातवीच्या पुढे शिकायची सोय नव्हतीचं. त्यासाठी खारेपाटणला जाऊन तिथं पुढचं शिक्षण घेता आलं असतं. त्याची राहण्याची सोय जानकीच्या माहेरी अप्पांकडे करता आली असती. तिच्या आग्रहाखातर आबा तिला घेऊन अप्पांकडे गेले.

''राहू दे की त्याला इथे; पण पुढच्या वर्षी माझी बदली होण्याची दाट शक्यता आहे. पण त्यावेळी करू काहीतरी त्याची व्यवस्था. तुम्ही नका काळजी करू. या घेऊन त्याला. इथल्या शाळेत शिकेल तो'' अप्पा म्हणाले.

शाळा सुरू होण्याच्या वेळी आबा आणि आई खारेपाटणला येतील असं नानूला वाटलं होतं. पण आबांनी दत्तूबरोबर त्याला पाठवून दिलं होतं. आईपासून आणि सुमीपासून दूर रहायला लागणार याचं त्याला खूप वाईट वाटत होतं. पण कुंभीला राहूनही आबांच्या कडक शिस्तीत राहून काही मनासारखं घडणार नव्हतं. शिवाय आबांपेक्षा अप्पा खूप प्रेमळ होते. अभ्यासासाठी रोज तगादा लावणारे नक्कीच नव्हते.

नानू लौकरच अप्पांच्या घरी रमून गेला. शाळेत मात्र त्याचं मन काही लागत

नव्हतं. अभ्यास न करणारे त्या शाळेत अनेक विद्यार्थी होते आणि त्यांच्याशी नानूची चांगली मैत्री झाली होती. शाळेच्या नावाखाली तो त्यांच्याबरोबर गावभर भटकतंही असायचा. अप्पांच्या ते लक्षात आलं होतं; पण ते काही बोलत नव्हते.

त्या मुलांच्याबरोबर त्याला काही वेड्यावाकड्या सवयीही लागलेल्या असाव्यात अशी शंका त्यांना होतीच आणि एकदा संध्याकाळी त्याला घराच्या मागे विडी ओढताना त्यांनी पाहिलं. गावांत मारामाऱ्या करतानाही लोकांनी त्याला पाहिलं होतं. त्यावरून ते नानूला खूप बोलले. त्यानंतर तर नानू दोन-दोन दिवस घराबाहेरही राहू लागला. घरी आल्यावर असंबद्ध बोलायचा. भांबावल्यासारखा वागायचा. अप्पांना त्याची खूप काळजी वाटत होती. आबांच्या कानांवर ही गोष्ट घालणं महत्त्वाचं होतं. त्यांनी कुंभीला जाणाऱ्या पोस्टातल्या रनरबरोबर 'आबांना शक्य असल्यास येऊन जावं, महत्त्वाचं बोलायचं आहे' असा निरोप पाठवला.

अप्पांना नानूबद्दलंच महत्त्वाचं बोलायचं असेल याची आबांना खात्रीच होती.

दोन दिवसांनी आबांनी दत्तूला होडी घेऊन आणि त्याच्याच बरोबर निरोप देऊन खारेपाटणला पाठवलं.

''उद्या सुमीचो वाढदिवस असा. म्हणून आबांनी नानूक पाठवा असो निरोप दिल्यानी हा'' दत्तूनं अप्पांना सांगितलं.

''हो. जा घेऊन त्याला तो घरी आल्यावर'' अप्पा म्हणाले. त्या दिवशी रविवार होता आणि सकाळीच बाहेर गेलेला नानू दुपारी जेवायलाही घरी आला नव्हता. तो येईपर्यंत अप्पांनी आबांना सविस्तर पत्र लिहिलं. त्यांत नानूविषयी काळजी का वाटते ते सगळं लिहिलं. त्याची चांगलीच कानउघडणी करणं गरजेचं असल्याचंही लिहिलं आणि पत्र काळजीपूर्वक बंद करून दत्तूकडे दिलं आणि म्हटलं,

''हे पत्र दे आबांना. नानूला पत्राबद्दल काही बोलू नको.''

''होय जी...'' दत्तू म्हणाला.

बऱ्याच वेळानं नानू घरी आला. त्याला कुंभीला जायची अजिबात इच्छा नव्हती. पण आबांचा निरोप म्हणजे जाणं भागच होतं.तरीही तो म्हणाला,

''दत्तू अरे आत्ताच पाच वाजलेत. उशीर नाही का होणार?''

''उशीर झालो तरी चलातं. जावया, आबा रागे जातले'' दत्तू म्हणाला.

दत्तूला माहीत होतं त्या रविवारी अष्टमी होती आणि खाडीच्या पाण्याला ओहोटीच्यावेळी खूप ओढ असेल याची त्याला खात्री होती. पण काही झालं तरी कुंभीला परत जायलाच हवं होतं. तो निघण्याची घाई करत होता; पण त्यांना निघायला तसा खूप उशीर झालाच. ते घरातून निघाले तेव्हा सात वाजून गेले होते.

अंधार पडू लागला होता.

''थोड्या वेळानं जा दत्तू. फुटक्या तिन्हीसांजेला नको बाहेर पडू'' आप्पा म्हणाले.

''नाय थांबत आता आप्पानू. निघतय. काय काळजी करा नुको'' दत्तू म्हणाला आणि दोघे खाडीच्या दिशेनं निघाले.

दत्तूनं होडीतल्या बारक्या खांबावरचा कंदील लावला, शीड गुंडाळून ठेवलं, नानूला फळीवर नीट बसवलं आणि त्यानं होडी पाण्यात ढकलली.

ओहोटी सुरू होऊन तासभर झाला होता. होडी वेगानं समुद्राच्या दिशेनं जाणाऱ्या पाण्याबरोबर भराभर पुढे जाऊ लागली. दत्तू शांतपणे सुकाणू पकडून होडीला दिशा देत होता. ओहोटीमुळे शिडाची गरज नव्हती आणि होडी वल्हवित न्यायची पण गरज नव्हती. या वेगानं कुंभीला दोन तासांत पोचणं शक्य होतं.

खाडीच्या दोन्ही बाजूच्या शेतजमिनी अष्टमीच्या धूसर चंद्रप्रकाशात अंधुक अंधुक दिसत होत्या. लांबच्या वस्त्यातल्या घराघरातून लागलेल्या दिव्यांचा क्षीण आणि मंद प्रकाश दिसत होता. झोंबणाऱ्या वाऱ्यामुळे अंगाभोवती चादर लपेटून नानू शांतपणे आजूबाजूला बघत बसला होता.

होडी वेगानं पुढं जात होती आणि तासाभरानंतर दत्तूच्या लक्षात आलं की होडीत खालच्या बाजूनं पाणी आत येतंय.

त्यानं अंदाज घेतला. जुन्या झालेल्या त्या होडीच्या तळभागावर एक मोठं भोक पडलं होतं.

नानूला होडीला घट्ट धरून ठेवायला सांगून तो होडी खाडीच्या काठाच्या दिशेनं वळवू लागला. मोठ्या हिकमती नंतर त्यानं होडी काठाला असलेल्या झाडाला धरून बांधली आणि त्यानं नानूला खाली उतरवलं.

''काय झालं दत्तू?'' नानूनं विचारलं.

''होड्येक भोक पडला हा. पाणी आत येवक लागला हा. बघतंय काय ता'' असं म्हणून तो होडीत उतरला.

नानूनं अवतीभोवती पाहिलं. सगळीकडे अंधुक चंद्रप्रकाश सांडला होता. थोड्याश्या अंतरावर काहीतरी जळत होतं. तो थोडा पुढं गेला. नुकतंच अग्नी दिलेलं कुण्या माणसाचं प्रेत लाकडांच्या ढिगाऱ्यावर जळत होतं! कुतूहल वाटून नानू आणखी थोडा पुढं गेला.

''नानू ए नानू ?'' दत्तू नानूला हाक मारत इकडेतिकडे बघत होता. त्या धूसर प्रकाशात नानू त्याला कुठेच दिसत नव्हता. थोड्याश्या अंतरावर जे जळताना दिसत

होतं ते प्रेत असणार हे त्याला माहीत होतं. त्यानं अनेकवेळा हे दृश्य खाडीकाठी यापूर्वीही बघितलं होतं. नानू तिथं जाणं शक्यच नव्हतं. तरीही दत्तू तिथं गेला. तिथं कोणीच नव्हतं. जळणाऱ्या लाकडांच्या प्रकाशात आजूबाजूचा काही भाग स्पष्ट दिसत होता. तिथं कोणीच नव्हते!

दत्तू पुन्हा होडीजवळ आला. होडीला पडलेलं भोक बुजवणं शक्य नव्हतं. खाडीतून जाणारी दुसरी एकही होडी दिसत नव्हती.

तो तिथंच खाली बसला, नानूची वाट बघत आणि दुसरी एखादी होडी दिसते का ते बघत. पण यांपैकी कोणीच बराच वेळ झाला तरी दिसलं नाही. नानूला त्या भयाण शांततेत त्यानं बऱ्याच हाका मारल्या. त्या हाकांची आता त्याला स्वतःलाच भीती वाटू लागली.

वेळेचा काहीच अंदाज येत नव्हता. पण खाडीतलं पाणी अजूनही समुद्राच्या दिशेनंच जात होतं म्हणजे ओहोटी चालू होती. अकराही वाजले नव्हते. त्या तशा गडद अंधारात नानूला शोधायलाही तो कुठे जाऊ शकत नव्हता.

अतीव थकव्यामुळे त्याला बसल्या जागीच झोप अनावर झाली आणि तो तिथंच खाली पसरला!

☙ १४ ❧

दत्तू जागा झाला तेव्हा सूर्य उगवला होता. सगळा आसमंत प्रसन्न कोवळ्या उबदार उन्हांत न्हाऊन निघाला होता.

दत्तूला एकदम वास्तवाची जाणीव झाली. त्यानं मोठ्या आशेनं इकडेतिकडे पाहिलं. पण दूरवर पसरलेल्या त्या सपाट शेतजमिनीत नानू त्याला जवळपास कुठेही दिसला नाही.

त्यानं पुन्हा एकदा त्या भागात फिरून नानूचा शोध घेण्याचा प्रयत्न केला. शेवटी निराश होऊन त्यानं त्या शेताडीतून खाडीच्या काठा काठानं कुंभीच्या दिशेनं चालत जायला सुरुवात केली. होडी तिथंच सोडून देण्याशिवाय पर्याय नव्हता.

दुपारी तो कुंभला पोचला. त्यानं आबांना सगळी हकीगत सांगितली, अप्पांनी दिलेलं पत्र दिलं आणि सुन्न होऊन ढोपरात डोकं खुपसून बसून राहिला.

ते सगळं ऐकून आबाही सुन्न झाले. आप्पांनी नानूबद्दल जे लिहिलं होतं ते काळजी वाटावी असंच होतं; पण आधी त्याला शोधणं जास्त महत्त्वाचं होतं. जानकीला त्यांनी पत्राबद्दल काहीच सांगितलं नाही कारण नानू कुठे गेलाय ते कळत नसल्यामुळे जानकी आईनं तर अंथरूणंच धरलं होतं. आबांनी नानूला शोधण्यासाठी प्रयत्नांची पराकाष्ठा केली. सगळ्या पंचक्रोशीत सांगून ठेवलं. पण नानूचा काहीच ठावठिकाणा लागला नाही. मनाच्या त्या तशा विमनस्क अवस्थेतही आबांनी दत्तूला पैसे दिले आणि नवीन होडी घ्यायला सांगितलं.

दोन दिवसांनी आप्पांचा निरोप घेऊन पोस्टाचा रनर घरी आला. नानूला केव्हा पाठवताय, असं त्यांनी विचारलं होतं. आबांनी दोन ओळींचं पत्र लिहून त्यांना सगळं कळवलं.

आप्पा मुद्दाम होडी करून खारेपाटणहून रविवारी कुंभीला येऊन जानकीला आणि आबांना धीर देऊन गेले.

आठ दिवस झाले होते; पण अजूनही नानूची काहीच खबरबात कळली नव्हती. पाऊस अगदी तोंडावर आला होता आणि पावसाळ्यांत त्याला शोधणं आणखीनच कठीण होणार होतं.

एके दिवशी संध्याकाळी आबा आणि जानकी निराश आणि दुःखी होऊन झोपाळ्यावर बसून बाहेरच्या वाढणाऱ्या काळोखाकडे भकास नजरेनं बघत होते. जवळंच भिंतीला टेकून दत्तू बसला होता. त्याला आबांची आणि जानकी काकूंची ती अवस्था बघवत नव्हती. घरातले दिवे लावायचंही कोणाला सुचत नव्हतं.

बाहेर पावसाची रिमझिम सुरू झाली होती. काळोखही वाढत होता. आणि इतक्यात त्या धूसर कातरवेळी अंगणाच्या पायऱ्या चढून नानू वर येत असल्याचं आबांनी बघितलं. ते एकदम धडपडत उठले आणि मोठ्यानं ओरडले,

''नानू? नानूचं आहे ना तो?''

जानकी काकूंनी आणि दत्तूंनही समोर पाहिलं.

तो नानूचं होता! हळूहळू पावलं टाकीत तो दारापर्यंत आला आणि आई, आबा,असं म्हणत दारातच खाली बसला.

त्यानं मान वर करून दोघांकडे बघितलं. त्याचे ते लालभडक डोळे, विस्कटलेले केस आणि थकलेलं शरीर बघून जानकी आई आणि दत्तूचं अवसानंच गळून गेलं.

आबांनी पुढे होत त्याला उभं केलं आणि अतीव मायेनं त्याच्या पाठीवर हात फिरवत आणि डोळ्यांत येणाऱ्या अश्रूंना थांबवत म्हटलं,

''ये, बस इथं झोपाळ्यावर.''

त्याला बसवून ते दत्तूला म्हणाले,

''दत्तू, जा, पाणी घेऊन ये.''

दत्तू आत गेला. आईनं नानूला जवळ घेतलं आणि म्हटलं,

''कुठं होतास रे बाळा इतके दिवस?''

दत्तूनं आणलेलं पाणी पिऊन तो थोडा ताजातवाना झाला आणि म्हणाला,

''सांगतो आई. पण थोड्या वेळानं.''

आबाही म्हणाले की त्याला नंतर विचारू. तो घरी आला हीच मोठी आनंदाची गोष्ट होती सगळ्यांसाठी.

पण नानूनं कोणाला काहीच सांगितलं नाही! नंतर सांगतो असं म्हणून टाळाटाळ करीत राहिला. त्याला वेळ देणं गरजेचं होतं असं आबांनाही वाटत होतं.

''सांगेल थोडा सावरला की. नका विचारू आत्ता त्याला काही'' असं त्यांनी दत्तूला आणि जानकीला सांगूनच ठेवलं होतं.

तिघांच्याही एक गोष्ट लक्षात आली होती ती ही की नानू पूर्ण बदलला होता. खूप समंजस आणि एखाद्या पोक्त माणसासारखा बोलत आणि वागत होता. त्याचा आधीचा बेजबाबदारपणा आणि उद्धटपणा अचानकपणे नाहीसा झाला होता. त्याच्यातला हा आमूलाग्र बदल बघून सगळेच गोंधळून गेले होते.

''आबा मी एक-दोन दिवसांत खारेपाटणला जातो. अभ्यास करायचा आहे. परीक्षाही आहे पुढच्या महिन्यांत'' नानूनं आबांना म्हटलं. आबांना ते ऐकून खूप आनंद झाला.

''हो, हो, जा दोन दिवसांनी. मन लावून अभ्यास कर. गणपतीला ये इकडे. सुट्टी असेल ना?'' त्यांनी म्हटलं.

''हो, आबा'' नानू नम्रपणे म्हणाला.

हा आबांचा नानू नव्हताच. आबांना, आईला आणि दत्तूला नानूचं हे वागणं रुचत नव्हतं. काहीतरी चुकतंय असं त्यांना सारखं वाटत होतं. पण आपण काहीतरी विचारलं तर तो पुन्हा चिडायला नको म्हणून कोणीच काही बोलत नव्हतं.

दोन दिवसांनी आबांनी दत्तूबरोबर होडीनं नानूला खारेपाटणला पाठवलं. अप्पांना नानूच्या स्वभावात झालेला बदल त्याला न कळता सांग असंही त्यांनी दत्तूला सांगितलं.

खाडीतून होडी थोडी पुढे गेल्यावर दत्तूनं विचारलं,

''त्या रात्री खय गायब झालंस नानू?''

''मला वाटलंच होतं की तू त्याबद्दल विचारशील म्हणून. त्या रात्री जिथं होडी थांबवून आपण खाडीच्या काठावर उतरलो ती जागा आत्ताही दिसेलच ना आपल्याला? तिथं गेल्यावरंच सांगतो.'' नानू म्हणाला.

तासाभरानंतर दत्तूला एके ठिकाणी खाडीच्या डाव्या काठाजवळच्या झाडाला बांधून ठेवलेली त्याची होडी दिसली. नानूनंही ती बघितली आणि तो म्हणाला,

''दत्तू, होडी तिथेच लाव. मी सांगतो तुला सगळं.''

दत्तूनं होडी बाजूला घेऊन काठाजवळच्या झाडाला बांधली. खाली उतरतांच नानू एकदम शेताडीतून झपाट्यानं पुढे चालत निघाला आणि दत्तूला म्हणाला,

''ये, माझ्याबरोबर''

''खय जातंय? उशीर नको करू'' दत्तू म्हणाला.

''अरे, ये रे. लगेच येऊ परत.''

नानू पुढं जाऊन थांबला. तो थांबला ती जागा प्रेतं जाळण्याची जागा होती. दत्तूच्या ते लगेच लक्षात आलं.

''हय काय करतंय नानू?''

''इथे पेटलेल्या आगीभोवती त्यारात्री मी दोन वेळा गोल फिरलो.

ती कसली आग होती हे मला समजत नव्हतं म्हणून मी थोडा वेळ इथंच उभा राहिलो, थंड हवा वहात होती आणि त्या आगीपाशी बरंही वाटत होतं.''

''मगे काय जाला? मी कितके हाको मारलंय.''

त्यावर नानूनं जे सांगितलं ते सगळंच आकलन व्हायला कठीण होतं. जिथं आग पेटवलेली होती ती जागा खाडीपासून फार दूर नव्हती. नानू, नानू अशी दत्तूनं मारलेली हांक तिथपर्यंत नक्कीच पोचत होती; पण नानूला एकही हाक ऐकू गेली नव्हती.

तो आगीजवळ उभा होता तेव्हा दोन-चार माणसं थोड्या अंतरावर उभी असल्याचं त्याला दिसलं. दत्तूनं मारलेली हांक ऐकून त्यांनी मागं वळून बघितलं. ती आपलीच नातेवाईक असावीत असं नानूला वाटलं आणि तो त्यांच्याकडे निघाला. पण ती माणसं तोपर्यंत पुढे चालू लागली होती.

नानू त्यांच्या मागून निघाला. बराच वेळ तो त्याच्यामागून चालत होता. आता पुढे एक गांव दिसू लागलं होतं. नानूला खूप बरं वाटलं. घर अगदी जवळच होतं.

पुढं गेलेली माणसं गावातल्या वेशीवरच्या एका मोडकळीला आलेल्या पडक्या घरांत जाताना त्याला दिसली. नानू घराजवळ पोचला. ते त्याचंच घर होतं!

घरातल्या माणसांच्या अस्पष्ट बोलण्यावरून त्याला कळलं की घरातला कोणी नामू नांवाचा तरुण मुलगा त्या दिवशी जवळच्या बावीत पडून खोल पाण्यांत बुडाला होता! तो खूप चांगला, मनमिळावू आणि समंजस होता असंही ती माणसं कुजबुजत होती.तो दुसऱ्या दिवशी मुंबईला जाणार होता.

कोणीतरी त्या तरुण मुलाला बावीत ढकललं होतं असंही काहीतरी त्याला ऐकू येत होतं. त्यांचं बोलणं ऐकून नानूलाही त्या बावीत ढकलून देणाऱ्या अज्ञात माणसाचा राग येत होता. बावीत ढकलून देणारी ती व्यक्ती त्याला धूसर धूसर आठवत होती. तिनंच नामूला म्हणजे त्यालाच बावीत ढकललं होतं असंही काहीतरी नानूला जाणवत होतं!

नानू घराच्या तुटक्या दारातच उभा होता आणि बाकीची माणसंही जवळपासच होती. पण ती माणसं आपल्या दुःखात इतकी मग्न होती की नानू तिथं उभा होता ते कोणालाच बहुतेक दिसलं नव्हतं. नानू तिथून बाहेर पडला.

त्याचं डोकं जड झालं होतं. थोड्यावेळानं तो तिथंच एका मोठ्या दगडावर

बसला आणि त्याला आठवलं की घरांत असलेली सगळी माणसं त्याचे नातेवाईकंच होते. पण तसं असतं तर त्यांनी नक्कीच त्याला ओळखलं असतं. नानूच्या मनाचा गोंधळ वाढत होता. त्याला काहीच समजत नव्हतं.

काही वेळानं घरातून एक-दोघेजण बाहेर आले. त्यांनी नानूला बघितलं. एकजण पुढे आला,

''कोण रे तू ?'' त्यानं विचारलं.

''मी... मी...'' नानूला स्वतःचं नांव आठवत नव्हतं.

''जा घराक आपल्या. हय बसा नुको. चल उठ'' असं म्हणत त्यांनी नानूला तिथून हाकलून लावलं.

त्यानंतरचं नानूला काही आठवत नव्हतं. तो कुंभीला कसा आणि कधी परत गेला, तोपर्यंत तो कुठं होता ह्याचा काहीच अंदाज त्याला येत नव्हता. बरेच दिवसांच्या झोपेतून उठल्यासारखा दुसऱ्या दिवशी सकाळी तो जागा झाला तेव्हां खाडीपासून खूप दूर डोंगराच्या दिशेनं आपण आलो असल्याचं त्याच्या लक्षात आलं. जवळंच एका गावातली काही घरं दिसत होती. तो पुन्हा खाडीच्या दिशेनं चालू लागला आणि त्याला जाणवलं की आपल्याला कुंभीला जायचंय. दिशेचा अंदाज येत नव्हता पण तो चालत होता!

''बावीत बुडालेलो तो नामू तुझ्यात शिरलो कि काय रे नानू ?'' सगळं ऐकून झाल्यावर दत्तूनं विचारलं.

''म्हणजे?'' नानूला काहीच कळलं नाही.

''चल. जावया. उशीर होताहा'' असं म्हणत दत्तूनं नानूला जवळजवळ ओढत नेतंच होडीत बसवलं आणि दोघे खारेपाटणच्या दिशेनं निघाले.

ॐ १५ ॐ

खारेपाटणला पोचेपर्यंत दुपार झाली होती. गेल्या गेल्याच नानू, आप्पा आणि काकूंच्या पाया पडला आणि म्हणाला

''आप्पा, हात, पाय धुवून येतो.''

त्यांना आश्चर्य वाटलं. दत्तूनं तेवढ्या वेळात अप्पांना आबांचं पत्र दिलं आणि जास्त काही त्याला विचारू नका असं सांगितलं. दुपारी जेवण झाल्यावर दत्तू पुन्हा कुंभीला परत गेला.

अप्पांना आबांच्या पत्रावरून सगळ्या परिस्थितीची कल्पना आलीच होती. ते आणि काकू दोघांनीही नानूला कधीच काही विचारलं नाही. अप्पांची पुढच्या वर्षी बदली झाली. जाण्यापूर्वी त्यांनी, नानूची शाळेत खूप छान प्रगती असून अभ्यासही व्यवस्थित चालू असल्याचं आबांना कळवलं होतं. त्यांनी त्यांच्या एका मित्राच्या ओळखीने नानूची रहाण्या, जेवणाची सोयही करून दिली होती. त्याचं नाव आणि पत्ता अप्पांनी रनरबरोबर चिठ्ठी देऊन आबांना कळवून ठेवलं होतं.

नानू सुट्टीला कुंभीला घरी आला तेव्हा खूप खूश होता. चांगल्या मार्कांनी पास झाला होता. आबा, आई आणि दत्तूही आनंदित झाले होते.

तो सुट्टीला आला तेव्हां त्याच्या आईच्या आणि आबांच्याही एक गोष्ट लक्षात आली की नानू बरेच वेळा झोपेत घाबरून उठतो आणि त्यावेळी झोपेत तो काहीतरी ओरडत असतो!

नानू सुट्टी संपवून परत गेल्यावर आबांनी दत्तूला ही गोष्ट सांगितली. त्यावेळी दत्तूनं त्यांना नानूने सांगितलेला प्रसंग सांगितला.

आबा आणि आईला तो मोठा धक्काच होता! आपल्या मुलाच्या बाबतीत काहीतरी अघटित घडलं असावं असं त्यांना सारखं वाटत होतंच. ते नेमकं काय हे

जाणून घेण्याची आबांना इच्छा होती कारण ते कळल्यावर काहीतरी करता आलं असतं.

आबांनी दत्तूला होडी नेमकी खाडीच्या काठावर कुठं लावली ते विचारलं. त्यानं केलेल्या सगळ्या वर्णनावरून त्यांच्या लक्षांत आलं तिथं जवळपास टेंभी गांव आहे. तिथं गेल्यावर काहीतरी उलगडा झाला असता असं वाटून ते दत्तूला घेऊन त्याच्या होडीनं पुन्हा त्याच्या जुन्या खाडी काठाला लावलेल्या होडीपाशी गेले आणि दत्तूला म्हणाले,

''दत्तू, ते तिकडे लांब डोंगरांत दिसतंय ना ते टेंभी गांव आहे बहुतेक. चल जाऊन बघूया तिथं काही कळतं का?''

''पण थकडे काय कळतला?''

''तो कोण नामू की कोण तो त्याची काही माहिती मिळते का बघूया. त्या गावांतला दामोदर दोन वर्षांपूर्वी आपल्याकडे आला होता ते आठवतंय का तुला? त्याच्याकडून कळेल काहीतरी.''

''कोण दामोदर? माका कसा आठवत नाय?''

''अरे तो नाही का खाडीजवळ घर बांधायला जागा हवी आहे असं म्हणत होता तो.''

''तो काय? तुम्ही पण जाऊन इलास ना त्याच्याकडे?''

''चांगला माणूस वाटला. अगदी आग्रह केला त्यानं म्हणून गेलो होतो.'' आबा म्हणाले.

अर्ध्या तासांतच दोघे त्या गावांजवळ पोचले. पण इतक्या वर्षांत एकदाही त्या गावांत आल्याचं आबांना आठवत नव्हतं. कदाचित ते टेंभी गांव नव्हतंच.

गावांत जी थोडीफार घरं होती ती छोट्याशा टेकडीसारख्या डोंगरावर होती. डोंगराच्या पायथ्याशी वस्तीपासून दूर दोन–चार मोडकळीला आलेली झोपडीसारखी दिसणारी घरं होती. तिथं कुठंही आल्याचं आबांना आठवत नव्हतं.

ते अजून थोडे पुढं आले. जुन्या गावाच्या वेशीवर असते तशी एक एकावर एक दगड रचून तयार केलेली एक मोडकी कमान त्यांना दिसली. त्यांना त्या कमानी जवळच एका फळकुटावर टेंभी बुद्रुक, वस्ती – नाही' असं काहीतरी लिहिलेलं दिसलं.

आबांना आश्चर्य वाटलं. दामोदर बरोबर ते आले होते तेव्हा असं काही त्यांना दिसलं नव्हतं.

दोघे वेशीतून आत आले. आता ती झोपडीसारखी पडकी घरं जवळ दिसू

लागली. घरांच्या जवळ काही माणसं फिरताना आणि बसलेली दिसत होती.

''दामोदर खय रव्हता सांगशाल काय ?'' आबांनी तिथल्या एकाला विचारलं. त्याला बहुधा ऐकू गेलं नसावं. त्यांनी पुन्हां दुसऱ्या काही जणांना विचारलं. त्यांनाही काही कळलं नाही. तिथल्या कुठल्याही माणसानं त्या दोघांची दखलच घेतली नाही. त्यांना आबा आणि दत्तू दिसतंच नव्हते बहुदा!

आबांच्याही लक्षात आलं की आपल्याला ती माणसं दिसताहेत पण त्याचं अस्तित्व जाणवत नाहीये.

''आबा, ह्या कायतरी येगळाच दिसताहा माका.'' दत्तू थोडा घाबरून गेला होता.

आबाही गोंधळून गेले होते.त्यांना विसूचं वाक्य आठवलं. तो म्हणाला होता ''अशी किती माणसं आपल्यात मिसळून सावल्यांसारखी वावरत असतील.''

''चल पुढे. डोंगरावर जाऊन येऊया'' ते म्हणाले.

आबांनीच असं म्हटल्यामुळे दत्तूचं काही चाललं नाही. दोघे टेकाड चढून वर आले. तिथं एकाला एक चिकटून अशी काही घरं होती. तिथंही माणसं दिसत होती पण अस्तित्वहीन होती!

टेकाडाच्या दुसऱ्या बाजूनं दोघे खाली येऊ लागले आणि खाली येतानाच आबांना टेकडाच्या पायथ्याशी थोडी दूर एक लहानशी वस्ती दिसली. खाली आल्यावर आबांच्या लक्षात आलं की ते त्यांनी पाहिलेलं टेंभी गांव होतं!

त्यांना खाली येताना बघून लोक त्यांच्याकडे आश्चर्यानं आणि घाबरून बघत होते.

''काय रे असं काय बघताय?'' त्यांनी तिथल्या एका मुलाला विचारलं. तो मुलगा त्यांच्या नानुच्याच वयाचा असावा. त्यानं पुढं येत आबांना हात लावून बघितलं.

''तुम्ही डोंगरावरून आलात?'' त्यानं विचारलं. त्याच्या भाषेवरून तो चांगल्या घरातला असावा याची आबांना खात्रीच वाटली.

''हो, का रे?'' आबांनी विचारलं.

''तिकडे कोणी जात नाही ना. डोंगरावर आणि पलीकडे अदृश्य माणसं रहातात असं अण्णा म्हणतात.''

''अण्णा कोण?''

''माझे बाबा. दामोदर.''

''हो का? अरे व्वा. आणि तुझं नांव काय?''

''अवधूत'' तो मुलगा म्हणाला.

''ते तुमचं घर ना? मी आलोय तुमच्या घरी याआधी'' आबा एका घराकडे बोट दाखवीत म्हणाले.

''हो ''

''चल, आम्हाला तुझ्या बाबांनाच भेटायचं आहे.''

अवधूत त्यांना घेऊन घरी आला.

''आबा, तुम्ही इकडे कसे काय?'' दामोदर पुढं येत म्हणाला.

''सांगतो'' असं म्हणून आबांनी नानूनं सांगितलेली सगळी हकीगत त्याला सांगितली. ती ऐकून दामोदरनं जे सांगितलं ते फारच विलक्षण होतं. तो म्हणाला,

''अनेक वर्षांपूर्वी या भागांत एका पावसाळ्यांत मोठं वादळ झालं होतं म्हणे. त्या वादळांत डोंगरावरची आणि पायथ्याशी असलेली चाळीस एक घरं पूर्णपणे उध्वस्त झाली. त्या घरांत रहाणारी बरीचशी माणसं त्यात नष्ट झाली. जी पांच-दहा वाचली त्यांनी इथं वस्ती केली. तेव्हापासून डोंगरावरची आणि पलीकडच्या पायथ्याशी मेलेली माणसं तिथंच भटकताहेत. इथून, आमच्या या गावातून खूपजण टेकडीवर आणि खाली फिरून आली ती घाबरूनच! काहीजण आजारी पडून मेले तर काही हे गावंच सोडून गेले.''

''बापरे! पण आमच्या नानूला कोणीतरी भेटले होते.''

''हे सगळं न कळल्यामुळे काही दिवसांपूर्वी तिथं एक कुटुंब येऊन राहीलं आहे. कुठून आलं कोणालाच माहीत नाही. त्यांना ती भटकणारी शरीरं दिसतात की नाही हेही माहीत नाही. आमच्या गावांतून कोणी तिकडे जात नाही. चुकून त्या भागात आलेल्या एका गुराख्यानं त्या कुटुंबाला बघितलं तेव्हा आम्हांला कळलं.''

''अरे दामोदरा, पण नानू तिथून आल्यापासून इतका बदलला कसा हे कळत नाहीये.'' आबांनी म्हटलं.

''ते तुम्ही काय म्हणता आहात ते मलाही कळत नाहीये. हवं तर जाऊन बघून येऊ'' दामोदर म्हणाला.

''चल, जाऊया. मलाही ते कळायला हवं'' आबांनी म्हटलं आणि ते तिघे टेंभीच्या त्या उध्वस्त वस्तीकडे निघाले. जाताजाता दामोदर आबांना म्हणाला,

''अवधूत आणि बायकोला घेऊन इथं राहाताना मला सदैव कसलीतरी धास्ती वाटते. म्हणूनच मी तुमच्याकडे आलो होतो. तुमच्या गावांत एखादा जमिनीचा तुकडा मिळाला तो तर घेऊन तिथं घर बांधायचा विचार होता. तुम्ही सगळ्यांना मदत करता असं ऐकून होतो म्हणून आलो होतो.''

‘‘अरे पण इथं जे काही दिसतंय त्याबद्दल काहीच बोलला नाहीस.’’

‘‘तुम्ही माझ्यावर विश्वास ठेवला असता का आबा?’’ दामोदरानं विचारलं आणि ते खरंही होतं. आबांसारख्या विचाराच्या माणसाला ते पटणं शक्यंच नव्हतं. आज त्यांनी स्वतःच सगळं बघितल्यामुळे त्यांचा विश्वास बसला होता.

त्यांनी कसलाही मागचापुढचा विचार न करता दामोदरला म्हटलं,

‘‘माझ्याकडे कुंभीला मोठी जमीन आहे. माझ्या घराला लागूनंच. ती घे आणि राहा घर बांधून.’’

‘‘पण आबा मला परवडेल का?’’

‘‘तू ये तर खरा. बाकीचं बघू नंतर.’’ आबा म्हणाले.

‘‘मोठे उपकार झाले आबा.’’ दामोदर कृतकृत्य होऊन म्हणाला.

आबा विषय बदलत म्हणाले,

‘‘दामोदरा, तू मला तुझ्या घरी आणलंस तेव्हा हे टेंभी कसं नाही दिसलं रे?’’

‘‘आपण संध्याकाळी आलो होतो आबा आणि खाडीतून उतरल्यावर आम्ही सरळ आमच्या गांवी जातो. इकडून येत नाही. पूर्वीपासूनच कुणी इकडून येत नाही. अनेकजण घाबरले आहेत इथून जातांना’’ दामोदर म्हणाला.

टेंभीची ती घरं आता दिसू लागली होती. तिकडे पोचण्याआधीच त्यांना तिकडून एकजण येतांना दिसला. दामोदरनं त्याच्याकडून काही कळतं का ते बघण्याचा प्रयत्न केला. त्यानं सांगितलं की तो त्या कुटुंबापैकीच एकजण होता. ते कुटुंब मुंबईहून तिथं आलं होतं. ते सगळे गिरणी कामगार होते. गिरणी बंद पडल्यामुळे ते जागा शोधत शोधत इथं आले होते. कारण तिथल्या जमिनीवर कोणीच हक्क सांगत नव्हता. काही दिवसांपूर्वी त्यांच्यापैकी नामू नावाच्या एका तरुणाला जवळच्या पाण्यानं भरलेल्या विहिरीत कोणीतरी ढकलून दिलं होतं. कोणी, ते अजूनही त्यांना कळलं नव्हतं. तो मुलगा दुसऱ्याच दिवशी मुंबईला जाणार होता. त्याला मुंबई शिवाय इतर कुठे नव्हतं राहायचं. त्याला त्याच रात्री त्यांनी खाडीजवळ अग्नी दिला होता!

‘‘आणि त्याचवेळी नानू त्या अग्नीला फेऱ्या मारून पुढे गेला होता’’ आबा म्हणाले.

‘‘आणि त्या नामूनं नानूच्या शरीरांत प्रवेश केला होता!’’ दामोदरनं आबांचं वाक्य पूर्ण करीत म्हटलं.

‘‘परकायाप्रवेश?’’ आबा म्हणाले.

‘‘माहीत नाही बहुदा तसंच काहीसं!’’ दामोदर म्हणाला.

"मी बघतो नानूसाठी काय करता येईल ते. दामोदर ये कुंभीला तुला जमेल तेव्हां. जागेचा व्यवहार करून टाकू."

आबांनी म्हटलं आणि थोडं थांबून त्यांनी दामोदरला विचारलं,

"दामोदर, तू पहिल्यापासून इथंच राहतोस? की दुसरीकडून इथं आलास?"

"नाही आबा. हे आमचं मूळ गांव नाही. आम्ही मुळचे देवडीचे! तुम्हाला माहीत असेलच देवडी."

"काय?" आबा इतक्या मोठ्यानं ओरडले की दामोदर दचकलाच. आबा दत्तूकडे बघत होते.

"आबा? काय हो काय झालं?" दामोदरला आबा असे का ओरडले ते कळत नव्हतं.

"नाही, नाही, काही नाही." आबा क्षणार्धात सावरले आणि त्यांनी विचारलं,

"देवडीत कुठं घर होतं तुमचं?"

"गावाबाहेर, रस्त्याला लागून. सड्यावर. ते केव्हांच पडलं. आम्ही कधीच जात नाही तिकडे."

ते उत्तर ऐकून आबा गांगरून गेले. पण त्यांनी मनावर नियंत्रण ठेवून म्हटलं,

"चला निघतो आम्ही दामोदर" आबांनी म्हटलं आणि ते निघाले. आबा घरी येईपर्यंत गप्प गप्प होते. दत्तूच्या सगळं लक्षात येत होतं पण तो काहीच बोलला नाही.

❦ १६ ❦

पुढच्या काही दिवसांतच दामोदर आबांकडे कुंभीला आला. आबांनी त्याला सांगितल्याप्रमाणे त्यांच्या घराजवळ, म्हटलं तर जवळ; पण फार जवळ नाही असा जमिनीचा तुकडा दिला. दामोदरकडून त्यांनी फारसे पैसेही घेतले नाहीत. दामोदरनं पुढच्याच वर्षांत तिथं एक चौसोपी घर बांधलं आणि अवधूत आणि बायको बरोबर राहू लागला. विहीर खोदून घेतली. गोठा तयार केला. काही आंब्याची, नारळाची झाडं लावली.

दामोदरपेक्षा आबा दहा वर्षांनी मोठे होते. पण त्यांनी दामोदरला ते कधीच जाणवू दिलं नव्हतं. त्यांचं दोघांचं नातं लहान-मोठ्या भावांसारखंच होतं. जानकी काकूलाही दामोदरची बायको एक नवीन मैत्रीण मिळाली होती.

दामोदर हा मूळचा देवडीचा होता हे मात्र आबांच्या मनातून काही केल्या जात नव्हतं. त्यांनी दामोदरला त्याविषयी पुन्हा एकदा विचारलंच.

''दामू, तुम्ही देवडीचं तुमचं घर केव्हा आणि का सोडलंत ते नाही सांगितलंस कधी.''

''सांगतो. मी लग्न होईपर्यंत आई-बाबांबरोबर तिथं रहात होतो. आमचं घर तसं फार मोठं नव्हतं. जेमतेम तीन खोल्या होत्या. आमचं घर तसं म्हटलं तर गावाबाहेर होतं. माझे आजोबा तिथं खूप वर्षांपूर्वी रहायला आले होते. त्यांनी ते गांव आणि ती जागा का घेतली हे माझ्या बाबांनाही माहीत नव्हतं. रस्त्यापासून केवळ दोन-तीन फर्लांगाच्या अंतरावर आणि आजूबाजूला पसरलेल्या सड्यावरच्या कातळावरची ती जागा घरासाठी मुळीच योग्य नव्हती.''

''मी बघितलीय ती जागा आणि तुमचं ते अजूनही उद्ध्वस्त स्थितीत शिल्लक असलेलं घर.'' आबा म्हणाले.

‘‘तुम्ही बघितलंय ते?’’

‘‘हो. झाली काही वर्षं त्या गोष्टीला.’’

‘‘आम्हाला ते घर कधीच लाभलं नाही.’’

‘‘पण का? काहीतरी कारण असेलच ना?’’

‘‘कारण आम्हाला कधी कळलंच नाही. देवडी गावांत राहणाऱ्या एका कुटुंबाला गावातल्या लोकांनी खूप वर्षांपूर्वी काही कारणामुळे मारहाण करून हाकलून दिलं होतं आणि त्या कुटुंबातली माणसं तेव्हांपासून त्या घराच्या परिसरातच भटकताना दिसायची म्हणे. माझ्या बाबांनीही त्यांना रात्री-बेरात्री तिथं पाहिलं होतं.’’

‘‘पण तुमच्या घराशी काय संबंध त्यांचा?’’

‘‘ती नेहमी आमच्या घराकडे बघत असायची. काही वेळा घरांत घुसतांना दिसायची असं बाबा म्हणायचे.’’

‘‘पण तुम्ही काही केलं नाहीत?’’

‘‘आम्ही काहीच करू शकत नव्हतो कारण ती फक्त दिसायची. धुरकट सावल्यांसारखी. त्या गोष्टीचा धसका घेऊनच आई-बाबा गेले आणि मी तिथून बाहेर पडलो!’’ दामोदरानं सांगितलं.

‘‘सुटलास बाबा.’’ आबा म्हणाले.

‘‘सुटलो कुठला? टेंभीतही तसाच काहीसा प्रकार नाही का बघितला?’’

‘‘ते ही खरंच आहे म्हणा.’’

‘‘या परिसरातल्या माणसांना मेल्यावरही मुक्ती मिळत नाही बहुदा! सगळी अशीच भटकत रहातात की काय कोण जाणे’’ दामोदर म्हणाला आणि अशा गोष्टींवर विश्वास नसलेल्या आबांच्याही अंगावर सरसरून काटा फुलला!

स्वतःला सावरून ते लगेच म्हणाले,

‘‘इथं असं काही नाही ना दिसलं दामू?’’

‘‘अजूनतरी नाही’’ दामोदरनं आपल्या घराच्या अवतीभोवती नजर फिरवीत म्हटलं आणि आबा त्याच्याकडे बघून किंचितसे विचित्र हसले.

‘असं काही इथंही आहे म्हणून तर आबांनी मला ही जमीन इतक्या कमी भावांत नाही ना दिली? नाही, नाही, आबा असं नक्कीच करणार नाहीत. खूप भला माणूस आहे तो.’ दामोदरच्या डोक्यांत विचारांचं चक्र घोंघावू लागलं.

‘‘घाबरू नको दामू. असं काहीही नाही आमच्या गावांत’’ आबांच्या बोलण्यानं दामोदर निर्धास्त झाला.

काही दिवसांनी जानकीच्या सांगण्यावरून आबांनी दामोदरच्या घरासमोर थोड्या अंतरावर एक विहीर खोदून घेतली. जानकी काकू तिथं रोज संध्याकाळी दिवा लावू लागली. नानू सुट्टीच्या वेळी कुंभीला येऊन जात होता. त्याचा अभ्यासही चांगला चालला होती. त्याची प्रगती बघून आबांनी त्याच्याबद्दल त्यांना वाटणारी काळजी नाहीशी करण्यासाठी काही प्रयत्नच केले नाहीत.

आणि एके दिवशी पोस्टात आलेला रनर नानूचं पत्र घेऊन आला. नानू खारेपाटण सोडून मुंबईला गेला होता. चांगल्या नोकरीची संधी मिळत होती म्हणून. वेळ मिळताच कुंभीला येईन असंही त्यानं लिहिलं होतं पत्रांत.

पुढची दोन वर्षं त्याची वाट पाहाता पाहता आबा आणि आई थकून गेले. त्याचा काहीच ठावठिकाणा त्यानं कळवला नव्हता!

दामोदर आणि त्याच्या बायकोचा स्वर्गवास झाल्यावर आणि अवधूतच्या लग्नानंतर घरी आलेल्या त्याच्या बायकोकडून म्हणजे उमेकडून त्यांना नानूबद्दल कळलं होतं. त्यानंही मुंबईत लग्न केलं होतं. आबांनी त्याआधीच सुमीचंही लग्न करून दिलं होतं. नानूचा काहीच पत्ता कळत नव्हता म्हणून त्याला बोलावता आलं नव्हतं लग्नाला. सुमी नवऱ्याबरोबर गोव्याला रहात होती तर तिचा मुलगा विनायक मुंबईत शिक्षण पूर्ण करून काही दिवस तिथंच रहात होता. त्यानंतर त्याला एका मोठ्या कंपनीत जपानला नोकरी मिळाली आणि तो तिकडे गेला.

आणि एक दिवस अचानक नानू घरी आला. त्याला बघून आई खूप आनंदली. आबानांही बरं वाटलं; पण त्यांना नानूच्या बेजबाबदारपणाचा रागही आला. दुसरं म्हणजे त्याच्या बायकोलाही तो घेऊन आला नव्हता.

''अरे, निदान पत्र पाठवून कळवायचं तरी. इथं आम्ही वाट बघून सारखे आजारी पडत होतो. तुझ्या आईची अवस्था काय होईल याचा तरी विचार करायचा.'' आपला राग कसाबसा आवरून आबा म्हणाले.

''आणि लग्न केलंस तेही आम्हाला न कळवतांच.'' आईनं म्हटलं.

''तुम्हाला कसं कळलं?'' नानूनं साश्चर्य विचारलं.

''अवधूतच्या बायकोकडून, उमेकडून कळलं.''

''म्हणजे झालं वाटतं त्यांचं लग्न?''

''म्हणजे?''

''उमा मुंबईला विनायकाच्या शेजारी रहात होती. मला सुरुवातीला जेव्हा थोडंफार आठवत होतं तेव्हाच मी उमेच्या बाबांना अवधूताबद्दल बोललो होतो.''

''सुरुवातीला आठवत होतं तेव्हा म्हणजे?'' आबांनी नकळून विचारलं.

''आबा, मला बरेच दिवस माझं खरं नांव, गांव काही आठवतंच नव्हतं. मी सगळं एकाएकी विसरून गेलो होतो.'' नानू सांगत होता. सुन्न होऊन आबा, आई आणि दत्तू ऐकत होते. त्यानं जे सांगितलं ते खरोखरच डोकं सुन्न करणारं होतं.

कामावरून परत येत असतांना एका संध्याकाळी तो ट्रेनमधून स्टेशनवर खाली उतरला आणि त्याला गर्दीतून नामू, नामू अशा हाका ऐकू आल्या आणि त्याचं नावं नामू नसूनही तो थांबला. त्याच्या मागोमाग ट्रेनमधून खाली आलेला एक माणूस त्याच्यासमोर येऊन उभा राहिला आणि त्याच्याकडे बघत राहिला.

''सॉरी हं. गिरणीत काम करणारा माझा एक मित्र खूप वर्षांपूर्वी त्याच्या गावी गेला होता तो अजून परत आलेला नाही. त्याच्यासारखे तुम्ही वाटलात म्हणून हाक मारली.'' तो म्हणाला आणि गर्दीत पुन्हा दिसेनासा झाला!

त्या तेव्हढ्या वेळांत नानूला झटका बसावा तसा टेंभीचा प्रसंग आठवला! तो भानावर आला तेव्हा तो सगळं विसरला होता. आपण कुठे आहोत, आपल्याला कुठे जायचंय त्याला काही आठवत नव्हतं.

सुन्न मनानं तो फलाटावरच्या एका मोकळ्या बाकांवर बसला. रात्र बरीच झाली तरी तो तिथंच बसलेला फलाटावरच्या पुस्तक विक्रेत्यानं बघितलं. तो नानूजवळ आला आणि म्हणाला,

''कोणाची वाट बघताय का?''

''माहीत नाही'' नानू म्हणाला.

''म्हणजे?''

''काहीच आठवत नाहीये हो'' नानू कळवळून म्हणाला.

नानूच्या गळ्यांत लोंबणारं कंपनीचं ओळखपत्र आणि त्यावरचा पत्ता बघून विक्रेत्यानं विचारलं,

''हा तुमचाच पत्ता आहे ना?''

''अं, असेल बहुदा.''

तिथून जाणाऱ्या पोलीस कर्मचाऱ्याला हाक मारून त्या विक्रेत्यानं नानूला त्याच्याकडे सोपवलं. पोलीस त्याला त्या पत्त्यावर घेऊन गेला आणि तो तिथंच राहतो याची खात्री करून त्याला तिथं सोडून गेला.

घरी आल्यावर नानूला आपण मुंबईत कुठं कामाला जातो, कसं जातो, कसं राहतो हे सगळं आठवलं! पण टेंभीचं घर, खाडी वगळता बाकी काही आठवत नव्हतं. या परिस्थितीत दीड-दोन वर्षं गेली आणि एके दिवशी नानू पोस्ट ऑफिसच्या जवळ उभा असतांना, पोस्टातून बाहेर पडणाऱ्या, कुंभीला त्यांच्याकडे येणाऱ्या रनरनं

त्याला ओळखून " नानू, रे नानू" अशी हाक मारली आणि नानू पुन्हा एकदा भानावर आला आणि त्याला सगळं आठवू लागलं. मुंबईत त्याला नानू म्हणून कोणीच ओळखत नव्हतं. त्यामुळे नानू म्हणताच त्याला लगेच सगळं आठवलं आणि लगेचंच कुंभीला येणं कसं गरजेचं आहे याची त्याला जाणीव झाली आणि आता तो घरी आला होता!

तो सगळा विलक्षण प्रकार ऐकून आपण नानूला रागावलो याचं आबांना खूपच वाईट वाटलं.

नानू काही दिवस घरी राहिला. अवधूतला आणि उमेला भेटला.

"नानू, लग्न केव्हां केलंस?" आबांनी विचारलं.

"मला काहीच आठवत नव्हतं त्या काळातच. माझ्या ऑफिसमध्ये काम करणाऱ्या मुलीबरोबर. पुढच्या वेळी घेऊन येईन घरी." त्यानंतरही एक-दोनदा नानू घरी येऊन गेला; पण त्यानं बायकोला काही आणलं नाही.

ॐ १७ ॐ

सगळं व्यवस्थित चालू होतं आणि अचानक एक दिवशी आडगावला विश्वंभरच्या घरी रमा आली असल्याचं आबांच्या कानावर आलं. ती किती दिवस तिथं राहणार होती याची काहीच माहिती नव्हती. त्यामुळे तिला भेटायचं तर लगेच आडगावला जायला हवं होतं. ती आल्याची बातमी कळल्यापासून आबा तसे थोडे अस्वस्थंच होते.

''आडगावाहून विसूचा निरोप आलाय, मी चार दिवस जाऊन येतोय त्याच्याकडे'' असं जानकीला आणि दत्तूला सांगून आबा निघाले. आबा असे तडकाफडकी आडगावला निघालेले बघून दत्तूला थोडी शंका आली पण तो त्यांना काही विचारू शकत नव्हता. शिवाय यावेळी नेहमीसारखं त्यांनी दत्तूला 'माझ्याबरोबर चल' असंही म्हटलं नव्हतं. याआधी विसूचे आई-बाबा देवाघरी गेले त्या दोन्ही वेळी आणि विसूच्या लग्नाला आबांच्या बरोबर जानकी आणि दत्तू दोघंही आडगावला गेले होते. यावेळी आबा ''मला खाडीच्यापलीकडे आडगावला सोडून तू ये परत. मला घरी परत येतांना मिळेल कोणाची तरी होडी. हल्ली असतात इथं होड्या'' एवढंच त्यांनी दत्तूला सांगितलं होतं.

आबा विसुकडे गेले तेव्हा त्यांना विसूच्या बायकोकडून, उर्मिलेकडून कळलं की विसू कोल्हापूरला गेलाय आणि चार दिवसांनी येणार आहे. रमा येण्याआधीच तो तिकडे गेला होता. रमा त्यापूर्वी एक-दोनदा तिथं आली होती त्यामुळे तिची उर्मिलेशी ओळख होतीच.

आबा अचानक आले म्हणून उर्मिलेला आश्चर्य वाटलं पण रमेला खात्री होती की ते तिच्यासाठीच आले होते तिथं. उर्मिलेसमोर त्यांना एकमेकांवर असलेलं प्रेम व्यक्त होणं योग्य वाटत नव्हतं. त्यामुळे तिचं लक्ष नसताना रमा आबांना म्हणाली,

''मी तिठ्याच्या दिशेनं जाते. तुम्ही थोड्यावेळानं या.''

दुपारचं जेवण झालं आणि रमा उर्मिलेला म्हणाली,

''वहिनी, मी जाते आता.''

''बरं. ये पुन्हा आलीस की'' उर्मिला म्हणाली आणि थोड्याच वेळांत रमा बाहेर पडली.

ती गेल्यावर आबा म्हणाले,

''उर्मिले, मीही निघतो. दत्तू होडी घेऊन थांबला असेल. नंतर येईन कधीतरी.''

''हो आबा, या पण नक्की. ह्यांचीही भेट झाली नाही आज.''

उर्मिलेचा निरोप घेऊन तेही बाहेर पडले आणि थोडं पुढं गेल्यावर वाट बदलून तिठ्याच्या दिशेनं निघाले.

पुढे गेलेली रमा तिठ्यावर त्यांची वाट बघत होती. ते आल्यावर म्हणाली,

''चला, जाऊया माझ्या घरी.''

''तुझ्या घरी?'' आबा गोंधळून गेले.

रमानं ती पूर्वी राहत होती त्या दिशेनं बोट दाखवीत म्हटलं,

''ती बघा माझी झोपडी.''

जिथं पूर्वी एक पडकं घर होतं तिथं एक छोटीशी झोपडी दिसत होती!

''पण तिथे तर पडकं घर होतं.'' आबा म्हणाले.

''चला, कळेल सगळं'' असं म्हणून ती चालू लागली. आबाही तिच्यामागून झोपडीजवळ आले. झोपडीला असलेलं झापाचं दार ढकलून ती दोघं आत आली.

झोपडी आतून खूप स्वच्छ आणि नीटनेटकी होती. जमिनीवर दोन मोठी कांबळी टाकलेली होती. एक चूल होती आणि दोन–चार भांडी.

''मागच्या महिन्यांत मी मुंबईहून इथं आले तेव्हां इथं एक-दोन पडक्या भिंती होत्या. त्या मीच पाडून टाकल्या आणि आजूबाजूला फिरून झापं, सुतळी, सुंभ गोळा केली आणि ही झोपडी बांधली. थोडी भांडी आणि कांबळी आणली होती. थोडे पैसेही होते. तिठ्यावरच्या दुकानातून खायलाही आणत होते.'' तिनं सांगितलं.

''आपण पूर्वी इथं भेटलो होतो तेव्हा तुझी आई तुझ्याबरोबर होती. त्यानंतरही मला इथं एक बाई दिसल्या होत्या. त्या कोण? तुझ्याबरोबर तुझी आई आणि त्या बाई कशा नाहीत आत्ता?'' आबांनी विचारलं.

''मला वाटलंच होतं की तुम्ही कधीतरी त्यांच्याबद्दल मला विचाराल. असं कोणीही इथं या घरांत रहात नव्हतं!''

''पण मी पाहिलंय त्यांना.''

"असं म्हणतात की फार पूर्वीपासून देवडी गावानं हाकलून दिलेलं एक कुटुंब या भागांत भटकतं आहे. त्यांपैकीच त्या बायका असतील. मी त्यांच्यातली नसले तरी त्यांच्याबरोबर रहात होते!"

"पण कशाला? काय गरज होती असलं भयंकर जिणं जगण्याची?"

"मलाही माझ्याबद्दल काही माहीत नाही. मी कुठून आले, मी कोणाची मुलगी मला नाही माहीत. मी यांच्यापैकीच आहे असं इथून जाणाऱ्या-येणाऱ्या सगळ्यांना वाटायचं. त्यामुळे घाबरून कोणी माझ्या वाटेला जात नसे. मी खूप सुरक्षित होते त्यांच्यात. त्यांनी मला, मेलेल्या माणसांना म्हणजे त्यांच्यातल्याच माणसांना कसं परत बोलावता येतं तेही शिकवलं. मला त्याचा काहीच उपयोग नव्हता. मला माझे आई-वडील माहीतच नाहीत. पण तरीही मी त्यांना बोलावलं."

"पण ते आले होते का?"

"आले होते; पण ते खरंच माझे आई-बाबा होते की दुसरेच कोणी कोण जाणे. पण त्यांनी मला तुम्ही याल आणि घेऊन जाल असं सांगितलं होतं" रमा म्हणाली.

"चल, काहीतरीच बोलू नको" आबा म्हणाले.

"म्हणजे?"

"नाही म्हणजे मी तुला न्यायलाच आलोय. पण ते म्हणाले होते म्हणून नव्हे."

थोडं थांबून आबांनी विचारलं.

"मग आत्ता कुठं आहेत त्या बायका?"

"आहेत आजूबाजूलाच. संध्याकाळ झाल्यावर दिसू लागतील!" रमा हसून म्हणाली.

"अरे बापरे"

"घाबरू नका. तुम्हाला आणि मलाही काही करणार नाहीत त्या. तेवढी शक्ती नाही त्यांच्यात." रमानं म्हटलं.

"पण मागच्या वेळी मुंबईला गेलीस ती नंतर नाहीच का आलीस? आणि होतीस कुठे मुंबईला?"

"मी नंतर एकदा आले होते तुम्हालाच भेटायला. पण विसू म्हणाला की तुम्ही नवीन घर बांधलंय कुंभीला आणि तुमचं लग्नही झालंय. त्यामुळे मी तुम्हाला मुळीच भेटू नये असं त्यानं सांगितलं."

''मग पुढे?''

''पुढे काय? मी मुंबईला एका श्रीमंत माणसाकडे धुणी-भांडी करून त्यानंच दिलेल्या बाजूच्या खोलीत राहू लागले. तिथं घडलेल्या काही घटनांमुळे मला बाहेर पडावं लागलं.''

''मग काय केलंस?'' ते ऐकून आबांना होणारं दुःख त्यांच्या शब्दांतून कळत होतं.

''मला त्या श्रीमंत माणसानं खूप पैसे दिले होते. मी काही दिवस मुंबईतंच काढले, एक-दोनवेळा विसूकडे आले पण त्यानं त्यावेळीही तुम्हाला भेटू दिलं नाही. परत मुंबईला गेले. पण तिथं रहाणं शक्य झालं नाही म्हणून मागच्या महिन्यांत इथं आले'' थोडं थांबून ती म्हणाली,

''इथं येऊन ही झोपडी तयार केली. तुम्हाला भेटायची खूप इच्छा होती म्हणून एकदा खाडीवर जाऊन तिथल्या एका होडीवाल्याला म्हटलं की आबांना मी, रमा आलेय हा निरोप दे.''

''मला निरोप नाही मिळाला; पण तू आल्याची बातमी आली कानांवर.'' आबा म्हणाले.

''तुम्ही याल याची खात्री होती. म्हणून विसूकडे काल रात्रीचं गेले होते'' ती म्हणाली आणि आबांना तिच्या प्रेमाची पुन्हा एकदा खात्री पटली.

त्यानंतर पुढचे काही दिवस आबा तिच्याबरोबर तिथंच राहिले. तिला एकटीला सोडून जाववत नव्हतं त्यांना. शेवटी ते म्हणाले,

''रमे, माझ्या घरी येशील रहायला? कायमची?''

''पण तुमची बायको, मुलं?''

''त्यांची नको काळजी करू. मी आहे भक्कम सगळं बघायला.''

रमा क्षणाचाही विलंब न करता म्हणाली,

''येईन.''

''आज मी पुढं जातो. तू ये उद्या.'' असं म्हणून आबा तिला ''नक्की ये, वाट बघतोय'' असं सांगतच तिथून बाहेर पडले.

रमा दुसऱ्याच दिवशी कुंभीला आबांच्या घरी पोचली.

''ही रमा. खाडीपलीकडच्या माझ्या मित्राकडे आडगावला आलेली पाहुणी'' अशी आबांनी घरी गेल्यावर ओळख करून दिली त्यांच्या बायकोला आणि तिथं उभ्या असलेल्या गड्याला.

त्या दोघांनाही ती तिथं आलेलं अजिबात आवडलं नव्हतं; पण त्याला इलाज

नव्हता. आबांनीच तिला आमंत्रण देऊन बोलावलं होतं. पाहुणी म्हणून आलेली रमा त्या घरांत कायमची म्हणून राहू लागली. आबांचं पाठबळ आहे आणि तिच्यासमोर ते थोडेसे हतबलही झालेत हे बघून तिनं हळूहळू घराचा ताबा घेतला होता.

जानकी बिचारी एकाकी पडली होती. तिचं आयुष्यभराचं दुःख केवळ दत्तूलाचं कळत होतं. त्याला ते दिसत होतं; पण तो काहीच करू शकत नव्हता. रमा त्याचाही जातायेता अपमान करू लागली होती.

आबांनी 'गणपतीसाठी येऊ नको' असं का कळवलं याचा नानूला काहीच अंदाज येत नव्हता. आबांच्या स्वभावाच्या हे अगदी विपरीत होतं. आबांनी नको येऊ म्हटल्यामुळे त्यावेळी तो कुंभीला गेला नाही. पण त्यानंतर महिन्याभरात तो न कळवताच गावी आला.

त्याला बघून आबा गडबडून गेले. आईला मात्र खूप बरं वाटलं. दत्तूलाही खूप आनंद झाला.

''दत्तू, ही कोण रे? कोणी पाहुणी आहे का?'' त्यानं आल्याआल्या रमेला बघून दत्तूला विचारलं. तो काहीच बोलला नाही. शेजारी आई उभी होती. त्यानं तिलाही विचारलं; पण ती त्याच्या प्रश्नाचं उत्तर न देता म्हणाली,

''नानू, चहा घेणार ना? चल आत. खायलाही करते काहीतरी.''

नानूच्या लक्षांत आलं. ती त्याला उत्तर देणं टाळते आहे.

आबा पुढे येऊन म्हणाले,

''ही रमा. आडगावच्या विसूकडे आली होती. हल्ली इथंच असते.''

दत्तू नानूला हाताला धरून आत घेऊन गेला. त्यानं बघितलं त्याच्या जानकी काकूच्या डोळ्यातून पाण्याच्या धारा वहात होत्या. त्यानं तोंडावर बोट ठेवून नानूला काही बोलू नको अशी खूण केली. नानू काही न बोलता चहा प्याला आणि दत्तूबरोबर मागच्या पडवीत गेला. तिथं दत्तू नानूला काही सांगताना दिसला असता तर आबा चिडले असते म्हणून त्यानं नानूला हळूच सांगितलं की संध्याकाळी आबा आणि रमा खाडीकडे जातील फिरायला तेव्हा बोलू आपण.

संध्याकाळपर्यंत रमा नानूशी एक अक्षरही बोलली नाही. तिचा वागण्यातला एकूण तोरा त्याच्या चांगलाच लक्षात आला होता. संध्याकाळी कोणाशी काहीही न बोलता ती आबांच्याबरोबर बाहेर पडली. दत्तू म्हणाला तशी ती दोघं खाडीच्या दिशेनंच गेली होती.

आईनं आणि दत्तूनं नानूला सगळा प्रकार सांगितला. ते ऐकून नानू विलक्षण चिडला आणि म्हणाला,

''आई, तू गप्प आहेस म्हणून हे सगळं या थराला गेलंय. मी बोलणार आहे आबांशी आज. तिला घराबाहेर काढणं हाच उपाय आहे यावर.''

''नको रे नानू असं काही करू. तू दोन दिवसांनी जाशील परत मुंबईला आणि आम्ही सापडू त्यांच्या तावडीत. आणि तू काहीही केलंस तरी आता ती इथून बाहेर पडणार नाही. आबाचं तिला जाऊ देणार नाहीत.'' आई म्हणाली.

''नानू, दोन दिवस काय होताहा ता आधी बघ. मगे काय ता बोल'' दत्तूनंही त्याला शांत केलं.

दोन दिवस नानू खरोखरंच शांत राहिला. त्या दोन दिवसांत त्यानं आईची घुसमट, आबांचा बेफिकीरपणा आणि रमेची अरेरावी बघितली. गावातल्या लोकांच्या मनातून आबांबद्दलचा आदर आणि जिव्हाळाही कमी झालेला त्याला दिसला. आबांचा कमी झालेला लोकसंपर्क आणि त्यांच्या वाढत्या आर्थिक विवंचनाही त्याच्या लक्षात आल्या.

रमेबद्दल अवधूतकडून काही कळतं का हे बघण्यासाठी नानू त्याच्या घरी गेला. अवधूतला आणि उमाला बाकी सगळं माहिती होतं पण ती कोण, कुठली हे माहीत नव्हतं.

''ही रमा कोण ते माहीत नाही; पण माझे बाबा रमा नांवाच्या एका कामवालीला ओळखत होते. ती आमच्याकडेही होती कामाला असं बाबा सांगायचे. माझे बाबा मुंबईत एक मोठी श्रीमंत असामी म्हणून ओळखली जायचे.'' उमा म्हणाली.

जानकी काकू अवधूतच्या घरी खूप वेळा जायच्या त्यामुळे त्यांचं दुःख त्याला जास्त जवळून माहीत होतं. आबा पूर्वीसारखे हल्ली येत नव्हते आणि आले तरी फारसं बोलणं व्हायचं नाही.

उमा ही विनायकपेक्षा दोन वर्षांनी लहान होती शिवाय ती विनायकाला आधीपासून ओळखत होती. खरं म्हणजे त्याच्यामुळे आणि नानूनं माहिती दिल्यामुळे तिला अवधूतचं स्थळ नक्की करता आलं होतं. ती आबांना ओळखत होती; पण ती लग्न करून आल्यापासून आबा फारसे त्यांच्याकडे कधी आलेच नव्हते.

''आबांचं हे रूप आम्हाला अगदी नवीन आहे, अवधूतदादा. इतके कसे वाहवत गेले या बाईमुळे काही कळत नाही.'' नानू म्हणाला.

''हो रे! किती आदरानं त्यांच्याकडे पहायचे सगळे'' अवधूत म्हणाला.

''तुम्ही रहाणार आहात ना काही दिवस, नानामामा?'' उमेनं विचारलं.

''नाही. मी जाईन परवा.'' नानू म्हणाला.

''ठीक आहे. तुम्ही काही काळजी करू नका. आम्ही आहोत.'' उमा म्हणाली.

''काळजी आईची वाटते. दत्तू असतो लक्ष द्यायला. पण ती स्वतःच खूप खचून गेलीय.'' नानू म्हणाला. ते ही खरंच होतं.

''विनायक कुठं असतो हल्ली? मुंबईतच आहे ना?'' उमेनं विचारलं.

''तो जपानला असतो. एकदा येणार आहे. आजोळी कुंभीला जाऊन येऊ म्हणत होता फोनवर. पण त्याला इथलं काही कळता कामा नये असं मला वाटतं.'' नानू म्हणाला.

''खरं आहे तुझं.'' अवधूत म्हणाला.

''तुमच्याशी कधी चुकूनमाकून बोलणं झालं तरी त्याला आबा आणि रमाबद्दल कधीच काही सांगू नका.'' नानूनं सांगितलं.

''नाही सांगणार. तू नको काळजी करू.'' अवधूत म्हणाला.

रमेला बघून नानूच्या जिवाचा संताप होत होता. ती अशी अचानक कुठून आली ते कळत नसल्यामुळे त्याची चिडचिड वाढतंच होती. शेवटी दुसऱ्या दिवशी संतापाच्या भरात त्यानं आबांच्या समोरंच तिला विचारलं,

''आपण कुठल्या रमाबाई? अशा अचानक कुठून आलात आमच्या घराचा ताबा घ्यायला?''

''हे मला विचारणारा तू कोण रे?'' तिनंही चिडून विचारलं.

''अजून कळलं नाही का मी कोण ते? की आबांशिवाय कोणी तुझ्या खिसगणतीतही नाही?'' नानू संतापून म्हणाला.

ती काही बोलणार एवढ्यात आबाच पुढं आले आणि नानूच्या अंगावर खेकसले,

''कोणाशी बोलतोयस याचं भान आहे का नानू? तुझ्या आईसारखी आहे ती.''

''आईसारखी? ही बया? माझ्या आईची दुर्दशा करणारी? हाकलून द्या हिला घराबाहेर'' नानू म्हणाला आणि घरांत महाभारत घडलं.

आबा नानूला वाट्टेल तसं बोलले. रमेनंही त्यांना साथ दिली. आई बिचारी आतल्या खोलीत भिंतीला टेकून उभ्याउभ्याचं ओक्साबोक्शी रडत होती. दत्तू भेदरून, कावराबावरा होऊन तिला धीर देत होता.

''उद्या जातोयस ना परत? पुन्हा नाही आलास तर बरं!'' असं म्हणून आबा तणतणत बाहेर पडले. त्यांच्या मागोमाग रमाही गेली!

''आई, तू मुळीच काळजी करू नको. उद्या मी जातोय; पण पुन्हा येईन तो

सोक्षमोक्ष लावण्यासाठीच येईन याची खात्री बाळग'' असं म्हणून दत्तूकडे वळून तो पुढे म्हणाला,

''दत्तू, तू आहेस म्हणून मला काळजी नाही; पण तरी लक्ष ठेवून राहा. आईची आबाळ होऊ देऊ नको. मी येतोच एक-दोन महिन्यांनी.''

''व्हय. मी आसय. घेतंय काळजी. तू ये लौकर'' दत्तूनं म्हटलं.

दुसऱ्या दिवशी सकाळीच आईचा आणि दत्तूचा निरोप घेऊन नानू मुंबईला परत गेला.

०३ १८ ७०

"एक-दोन महिन्यांत येतो परत" असं सांगून नानू मुंबईला गेला; पण त्याला कुंभीला लौकर परत येणं काही जमलं नाही. नोकरीतून रजाही मिळाली नाही आणि त्याला तशी इच्छाही झाली नाही!

कुंभीच्या घरांत रमेची मनमानी वाढली होती. जानकी कसेबसे दिवस ढकलत होती. नानू येईल म्हणून त्याच्या वाटेकडे डोळे लावून बसली होती. मध्ये काही दिवसांकरता सुमी आली होती पण ती दोन दिवसंही राहू शकली नव्हती.

तिनं येण्याचा दिवस पत्रानं कळवला होता. तिला आणायला आबांच्या सांगण्यावरून दत्तू होडी घेऊन खारेपाटणला गेला होता.

रमेबद्दल सुमीला काही माहीत नव्हतं. तिला ते कळण्याची शक्यताही नव्हती; पण नानूनं पत्रानं तिला याबद्दल कदाचित कळवलं असेल असं आबांना वाटंत होतं.

सुमीनं घरांत पाय ठेवला आणि आतून रमा बाहेर आली. तिच्या मागोमाग आबा आले. आई बाहेर न येता आतल्या दाराच्या उंबरठ्यापाशी येऊन थांबली. सुमीला ते जरा खटकलंच.

"ये" आबा म्हणाले.

रमा वाटेत उभी होती. सुमीकडे पहातानाची तिची तिरस्काराची नजर सुमीला अजिबात बघवत नव्हती.

"ही कोण? मोलकरीण ठेवलीत की काय आबा घरकामाला?" सुमीनं म्हटलं.

"तुला मी मोलकरीण दिसत्ये?" रमा तिच्यावर डाफरली.

"बाजूला हो की. मला आत तर येऊ दे. मग सांगते तुला."

सुमीच्या मागे तिचं सामान घेऊन उभं असलेला दत्तू रमेला बाजूला ढकलून एकदम आत आला आणि म्हणाला,

''येवा आत सुमी ताई''

मोलकरीण म्हटल्याचा राग येऊन रमा दिवसभर सुमीवर तोंडसुख घेत राहिली. आबा सगळ्या गोष्टींकडे दुर्लक्ष करीत होते आणि आई डोळ्यांतून सदैव ओघळणाऱ्या अश्रूंना थांबवीत सुमीशी बोलण्याचा प्रयत्न करत होती.

''मी सांगतंय थोड्या वेळान्'' असं दत्तूनं तिला सांगितलं.

घरी आल्यापासूनंच सुमीला 'उगीच आले' असं वाटंत राहिलं होतं. रमेच्या आहारी गेलेले आबा बघताना तिला अतोनात यातना होत होत्या. आईच्या दुःखाला तर पारावर नव्हता. मुलगी घरी आल्याच्या आनंदापेक्षा तिच्या समोर जे चालू होतं त्याचं दुःख खूप मोठं होतं.

तिनं, दोनंच दिवसांत परत जायचं ठरवलं आणि आबांना तसं सांगितलं.

''हो चालेल. विनायकही वाट बघत असेल ना? जा तू.'' आबा म्हणाले आणि सुमी चिडून म्हणाली,

''विनायक नाही वाट बघणार. मलाचं राहायचं नाहीये. आणि मी आईलाही घेऊन जात्ये आहे माझ्याकडे.''

जवळंच उभी असलेली रमा धावतंच पुढे आली आणि म्हणाली,

''जा घेऊन. तुझ्याकडे गेल्यावर तरी डोकं ठिकाणावर येतं का बघ त्यांचं.''

''ए बाई, तुझं थोबाड बंद ठेव हां. तुला विचारलं आहे का?'' सुमी म्हणाली.

''कशी बोलत्ये आहेस सुमे? ती मोठी आहे तुझ्यापेक्षा.'' आबा सुमीला म्हणाले.

''म्हणजे आईला ती कशीही बोलली तरी तुम्हाला चालेल, असंच ना?'' सुमीनं चिडून विचारलं.

''तू निघण्याची तयारी केलीस तरी हरकत नाही'' असं म्हणून आबा बाहेर जाऊ लागले.

''थांबा आबा'' सुमी म्हणाली आणि त्यानंतर बरंच काही तिनं आबांना आणि रमेला सुनावलं.

सगळं ऐकून झाल्यावर आबा एवढंच म्हणाले,

''कळलं तुला काय म्हणायचं आहे ते. उद्या जाताना तुझ्या आईला न्यायचं नक्की आहे ना?''

''नक्कीच नेणार आहे मी तिला. तुम्हालाही नाहीतरी तिची अडचणंच होते

आहे.'' सुमी ठासून म्हणाली.

पण सुमीच्या मनासारखं झालं नाही. 'मी घर सोडून कुठेही बाहेर येणार नाही' असं आईनंच सांगितल्यामुळे तिला तिच्यावर सक्तीही करता आली नाही. सुमी दुसऱ्या दिवशी गोव्याला परत गेली.

या सगळ्याचा जानकीच्या मनावर मोठाच आघात झाला. ती वारंवार आजारी पडू लागली. आबांचं तिच्याकडे जराही लक्ष नव्हतं. दत्तूला तिची अवस्था बघवत नव्हती; पण तोही फार काही करू शकत नव्हता. शेवटी व्हायचं ते झालंच. दत्तूची जानकी आजी जास्त आजारी होती तेव्हां दत्तू तिला पेज भरवत असतानाच त्याला सोडून स्वर्गवासी झाली!

आता तर रमेला त्या घरात कोणाचीच अडचण नव्हती. दत्तू आबांची सगळी कामं करायचा; पण आबांनी सांगितल्याशिवाय रमेचं तो काहीच ऐकायचा नाही. त्याला ती फारशी जुमानत नव्हती. दिवसागणिक आबा तिच्यासमोर हतबल होत होते. त्यांच्या शब्दालाही तिच्यालेखी काहीच किंमत राहिली नव्हती.

जाणाऱ्या प्रत्येक दिवशी आबांचा अधिकच भ्रमनिरास होत होता. गावातली पत तर केव्हाच संपली होती. कोल्हापूरच्या रेडिओ कंपनीनंही काम देणं बंद केलं होतं. रमेच्या उद्धट स्वभावामुळे घराकडे कोणी फिरकत नव्हतं.

अशाच एका उदास संध्याकाळी आबांनी रमा जवळपास नाही असं बघून दत्तूला बोलावलं आणि एखाद्या अगदी जवळच्या मित्राप्रमाणे आपलं मन त्याच्याशी मोकळं केलं. देवडीला जाऊन रमेला घरी कसा घेऊन आलो ते सविस्तर सांगितलं. त्यामुळे जानकीकडे कसं दुर्लक्ष झालं, ती कशी दुखावली गेली, रमेबद्दल वाटणाऱ्या आसक्तीमुळे मुलांना कसा दुरावलो, गावांत कसा बदनाम झालो आणि सगळ्याला आपणंच कसे जबाबदार आहोत हेही त्यांनी सांगितलं. त्यांना झालेला पश्चाताप दत्तूला समजत होता; पण आता वेळ निघून गेली होती.

एवढं सगळं त्यांना वाटत असलं तरी ''अजूनही माझं खूप प्रेम आहे रे तिच्यावर, दत्तू. मी मेल्यावर येईन पुन्हा तिच्यासाठी'' असंही ते दत्तूला म्हणाले होते!

जानकी आजी गेल्यावर पाच-सहा महिन्यांतच आबाही जग सोडून गेले! जाता जाता सगळ्या उरल्यासुरल्या संपत्तीची नानू, सुमी आणि दत्तूच्या नावे वाटणी करून गेले!

रमेला आता घरांतून बाहेर काढणं शक्य होणार होतं. त्यासाठी निदान नानूतरी यायला हवा होता. दत्तू एकटा काहीच करू शकणार नव्हता.

नानूचा मुंबईतला आणि सुमीचा गोव्याचा पत्ता कोणाकडेच नव्हता. त्यामुळे आबा गेल्याचं दोघांनाही त्याला कळवता आलं नाही. नानू येईपर्यंत दत्तू घराच्या मागच्या खोलीत रहात होता. बाकी सगळ्या घराचा अनिर्बंध ताबा रमेकडेच होता.

आबा गेल्यावर चार महिन्यांनी पावसाळा सुरू झाल्यावर अचानक नानू घरी आला. रमा आणि आबा प्रकरणाचा सोक्षमोक्ष लावण्यासाठी. पण घरी आल्यावर आबा चार महिन्यांपूर्वीच गेल्याचं त्याला कळलं आणि तो पूर्ण खचून गेला. दत्तूनं आबांशी झालेलं सगळं बोलणं त्याला सांगितलं आणि त्यांनी दिलेला वाटणीचा कागद त्याच्याकडे दिला.

नानूनं रमेला तो कागद दाखवला पण तिला वाचता येत नसल्यामुळे तिनं कांगावा करायला सुरुवात केली. नानू आणि दत्तू खोटं बोलून तिला बाहेर काढण्यासाठी हे उद्योग करत आहेत यावर ती ठाम होती. ती कुठेही जाणार नव्हती.

नानूनं अवधूतला आणि उमेला बोलावून घेतलं तिची समजूत काढण्यासाठी. तेव्हां तर तिनं रुद्रावतारंच धारण केला. यातून कसा मार्ग काढावा नानूला कळत नव्हतं. पण काहीतरी मार्ग काढावांच लागणार होता. दोन दिवसांनी त्याला मुंबईलाही जाणं गरजेचं होतं.

दुसऱ्या दिवशी सकाळपासूनच पाऊस नुसता हैदोस घालीत होता. रात्रीही पाऊस कोसळतंच होता. जणू आकाश फाटलं होतं! उत्तररात्री कसल्यातरी आवाजानं नानू जागा झाला. तो उठला आणि कंदील घेऊन आतल्या खोलीत गेला. कोठाराच्या खोलीत काहीतरी कुजबुज ऐकू येत होती. तो आत निघाला आणि समोरचं दृश्य बघून खोलीच्या दारातच थांबला.

समोर सतरंजीवर रमा बसली होती. तिच्या समोर आबांसारख्या दिसणाऱ्या पुरुषाची एक धूसर आकृती दिसत होती. दोघांच्या मध्ये सतरंजीवर ठेवलेल्या कसल्याशा चौकोनी तुकड्यावर काहीतरी चित्र काढलेली होती.

''किती वेळ लावलात यायला? मी तासभर वाट बघत्ये आहे तुमची'' रमा असं काहीतरी म्हणाली.

''आलोय ना आता. बोल काय ते.'' आबांचा अस्पष्ट, अंधुक आणि खोल आवाज नानूला ऐकू आला. तो ऐकून नानू नखशिखांत हादरून गेला. दाराची चौकट घट्ट धरून तो ऐकू लागला,

''तुम्ही सगळी संपत्ती आणि घर नानूला आणि तुमच्या पोरट्यांना दिलंय म्हणे.''

''हो. पण घर नाही दिलं त्याला.''

''पण मला घराबाहेर काढतोय तुमचा नानू''

''तू मुळीच जाऊ नको. इथंच रहा. मी येत जाईन रोज तुला भेटायला.'' आबांचा क्षीण होत जाणार आवाज एकदम बंद झाला.

रमेनं मान वळवून मागं पाहिलं. दारांत नानू पुतळ्यासारखा उभा होता. रमेचे लालबुंद, भेदक डोळे बघून तो घाबरला. रमा उठली आणि तडक त्याच्याकडे येत ओरडली,

''चल, चालता हो नाहीतर देईन ढकलून.''

नानू धडपडत बाहेर येऊन झोपाळ्यावर बसू लागला आणि झोपाळ्याच्या धक्क्यानं त्याच्या हातातला कंदील खाली पडला आणि सगळं घर मिट्ट काळोखात विलीन झालं!

नानू जागा झाला तेव्हां लख्ख उजाडलं होतं. दत्तू शेजारी उभा होता.

''उठ. चाय घेवन येतंय.'' तो म्हणाला.

नानूनं चहा घेता घेता दत्तूला रात्रीचा त्यानं बघितलेला प्रसंग सांगितला.

''आबा असाच कायतरी म्हणा हुते'' दत्तू म्हणाला.

''असाच कायतरी म्हणजे?''

''मी येन पुन्हा तिका भेटूक''

''काय सांगतोस? रोज येईन म्हणाले?''

''हिना बोलवल्यानं की येतले लगेच'' नानू किंचित हसत म्हणाला.

दिवसभर नानूच्या डोक्यांत रमेचे ''नाहीतर देईन ढकलून'' हेच शब्द घुमत होते. त्यातूनच त्याला अचानक टेंभीच्या त्या विहिरीत ढकलून दिलेल्या मुलाची आठवण झाली आणि नानूला क्षणार्धात त्याच्या अडचणीवर उपाय सापडला!

दिवसभर नानू रमेवर लक्ष ठेवून होता. त्या दिवशीही मुसळधार पाऊस कोसळत होता. जोराचा वारा, त्यांत पिळवटणारी झाडं यामुळे होणाऱ्या आवाजानं आसमंत कोंदून गेला होता. दत्तूला विश्वासात घेऊन त्यानं त्याची योजना त्याला सांगून ठेवली होती.

रमा बाहेरच्या पडवीत आलेली बघून स्वयंपाघरातला भरलेल्या पाण्याचा मोठा हंडा दत्तूनं मोरीत ओतून टाकला आणि तो घराच्या मागं गेला. एकदम कसला आवाज झाला म्हणून रमा आत गेली. मोरीवर कलंडलेला हंडा आणि वाहून गेलेलं पाणी बघून ती दत्तूला मोठमोठ्यानं हाक मारू लागली.

तेवढ्या वेळांत दत्तू मागच्या बाजूनं हळू पुढं येऊन पुढच्या अंगणा जवळच्या गोठ्यात जाऊन उभा राहिला. नानूही तिथंच गेला.

नानूचा अंदाज चुकला नाही. दत्तूच्या आणि नानूच्या नावानं आरडाओरडा करीत हंडा घेऊन रमा गोठ्यासमोरच्या विहिरीवर आली. तिनं तिथल्या हातरहाटाला दोरी लावून बांधलेली घागर विहिरीत टाकली आणि ती विहिरीत बघू लागली. तेवढ्यात गोठ्यातून धावत बाहेर येत नानू विहिरीपाशी आला आणि काही कळायच्या आतंच त्यानं थोडा जोर लावून रमेला विहिरीत ढकलून दिलं! खोल खोल अंधाऱ्या पाण्यातून येणारा काळीज चिरून टाकणारा आवाज वर येईपर्यंत क्षीण झाला होता आणि जो आला होता तोही आजूबाजूच्या वाऱ्याच्या आवाजात विरून गेला!

नानूच्या मागे आलेला दत्तू उभ्या जागी थरथरत होता.

''चल घरांत'' असं म्हणत ओढतंच तो दत्तूला आत घेऊन गेला.

दत्तू त्या तशा भेदरलेल्या, घाबरलेल्या अवस्थेत मागच्या बाजूच्या त्याच्या खोलीकडे निघाला आणि एकाएकी घराजवळच्या डोंगर उतारावरचा भला मोठा वृक्ष मुळांसकट उन्मळून खाली आला आणि त्याच्या अंगावर पडला!

दत्तू गेला कुठे याचा शोध घेत मागच्या बाजूला आलेल्या नानूनं दत्तूला झाडाखाली चिरडून गेलेलं बघितलं आणि तो त्या धुवांधार पावसात खचून जाऊन तिथंच खाली बसला!

नानू रात्रभर कंदिलाच्या मंद प्रकाशात झोपाळ्यावर बसून बाहेरच्या मिट्ट काळोखाकडे बघत होता. काळोख असतानाही दिवस उजाडताच घराला कुलूप लावून तो बाहेर पडला आणि खाडीच्या दिशेनं चालू लागला. खाडीपाशी त्याच्या नशिबानं एक होडीवाला दिसला. तो खारेपाटणला यायला तयार झाला आणि नानूनं कुंभी सोडलं!

११

विनायकानं त्याला कळलेल्या सगळ्या घटना सांगून संपविल्या होत्या.

''आम्हाला दत्तूनं होडीत घालून खाडीतून खारेपाटणपर्यंत नेऊनही आणलं होतं!'' विनायक म्हणाला.

अवधूत आणि उमा सुन्न होऊन ऐकत होते.

विनूनं सांगितलेल्या इतर अनेक गोष्टींचा उलगडा आजच्या घडीला कोणाकडूनही होणं शक्य नव्हतं! आबांच्या घरांत बहुदा आबांचंच वास्तव्य अजूनही होतं. तेही विनूला जाणवलं होतं.

''विनूला हे सगळं कळावं अशीच आबांची कदाचित इच्छा असावी. म्हणूनच त्यांनी अशा गूढ पद्धतीनं समोर येऊन त्याला सगळे प्रसंग दाखवले. विश्वास न बसण्यासारखाच आहे हा सगळा प्रकार!'' उमा म्हणाली.

''सगळंच विलक्षण आहे'' अवधूत म्हणाला. थोडं थांबून तो म्हणाला,

''विनू, तुला पुढचं काही नक्कीच माहीत नसेल. नानामामा घरांतून बाहेर पडल्याचं आम्हाला काहीच माहीत नव्हतं. तो असेल घरीच या विचारानं आम्हीही त्याची काही चौकशी नाही केली. तीन-चार दिवसांनी आम्ही दोघंही त्याच्याकडे गेलो.

घर बंद होतं पण काहीतरी कुजल्यासारखा वास पसरला होता. सगळ्या घराभोवती फिरलो तेव्हा मागच्या अंगणात झाडाखाली दत्तू पडल्याचं लक्षात आलं. मी उमेला वाडीत पाठवलं आणि ती एक-दोघांना घेऊन आली. त्यांच्या मदतीनं पुढचं सगळं उरकून घेतलं.

नाना कुठं दिसला नाही आणि घरालाही कुलूप होतं. याचा अर्थ तो रमेला घेऊन कुठेतरी गेला असेल असा काढून आम्ही त्यांची अनेक दिवस वाट बघितली.

जवळजवळ एक वर्षांनंतर नाना मुंबईहून परत आला. ''घर विकून टाकायचं आहे. कोणी घेणारा असेल तर सांग. असं सांगून गेला. तेव्हा त्यानं सांगितलं की त्यानं रमेला मुंबईला नेऊन एका अनाथाश्रमात भरती केलंय म्हणून!''

मामानं रमेचं काय केलं याचं रहस्य आता उलगडलं होतं; पण ते उलगडण्यासाठी विनूला आलेला अनुभव केवळ विलक्षणच नव्हता तर तो अविश्वनीय आणि भयावहही होता! उमा नेमकी कोण होती, तिला घराजवळच्या विहिरीची भीती का वाटते हेही विनूला कळलं होतं; पण त्यानं ते अवधूतला आणि उमेला स्पष्टपणे नाही सांगितलं. रमेशी असलेलं तिचं नातं मुंबईच्या श्रीमंत माणसाकडे म्हणजे उमेच्या वडीलांकडे कामवाली म्हणून रमा गेली होती हे जेव्हा तिच्याच बोलण्यातून समजलं तेव्हाच विनूला कळलं होतं. म्हणजे रमा ही उमेचीच बहीण होती. तिच्या वडीलांची अनौरस मुलगी! पण ते इतक्या दिवसांनी सांगण्याची आता काहीच गरज नव्हती. उमेच्या जन्माचं ते विचित्र रहस्य सांगून अवधूतला आणि तिला त्रास झाला असता. तो देण्याचा किंचितसा विचारही विनूच्या मनात नव्हता.

नानामामानं जे केलं होतं ते विनूला अजिबात आवडलं नव्हतं. रमा कितीही वाईट असली तरी अशा पद्धतीनं तिला दूर करणं पूर्णपणे चुकीचं होतं असंच त्याला वाटत होतं.

नानामामाला विहीर का बुजवून टाकायची होती, घर का विकून टाकायचं होतं याचीही उत्तरं विनूला मिळाली होती. त्याला नानामामा विषयी वाटणारं, प्रेम, आपुलकी सगळं सगळं संपुष्टात आलं होतं! त्याला आता नानामामाचं तोंडसुद्धा बघायचं नव्हतं. म्हणूनच तो अवधूतला म्हणाला होता की त्याला आता मुंबईला जायचंच नाहीये.

अवधूत म्हणाला होता की लॉकडाऊन अजूनही चालू आहे आणि ते खरं की खोटं हेही धड कळत नव्हतं. अवधूतकडचा टी.व्ही. चालू नव्हता आणि रेडिओवरच्या बातम्यांतून नेमकी काहीच कल्पना येत नव्हती. काही नेते सांगत होते वाहतूक सुरू झाली आहे. काही म्हणत होते अशी कोणतीही व्यवस्था अजून सुरू करता येणार नाही. सरकार दरबारी असलेला गोंधळ लोकांना आणखीनच गोंधळात टाकत होता! त्यामुळे लोकांनी आता स्वतःचं निर्णय घेऊन त्याप्रमाणे वागायचं ठरवलेलं असावं असं दिसत होतं.

अवधूत म्हणाला, ''विन्या, हा पाऊस थोडा कमी झाला की आपण दोन दिवसांनी मोटारसायकलने राजपुरापर्यंत जाऊ. तुला गोव्याला जाण्यासाठी एखादं वाहन नक्की मिळेल. नाही मिळालं तर येऊ परत.''

विनायकानं 'हो' म्हटलं आणि दोन दिवसांनी ते निघाले. त्यांच्या नशिबानं पाऊसही कमी झाला होता.

निघता निघता विनायकानं खिशांत हात घालून अवधूतकडे आबांच्या घराची किल्ली दिली.

''हे काय'' अवधूतनं विचारलं.

''किल्ली आबांच्या घराची.''

''किल्ली? घर आहे का शिल्लक? केव्हाच जमीनदोस्त झालंय. विसरलास की काय?''

''हो रे. मी विसरूनच गेलो होतो! आता आपलं आजोळचं घर नाही हे मनानं अजूनही स्वीकारलेलं दिसत नाहीये.'' विनायक बोलता बोलता एकदम हळवा झाला.

''चल, निघुया.'' अवधूत त्याच्या खांद्यावर हात ठेवीत प्रेमानं हलकेच म्हणाला.

बरंच अंतर चालून आल्यावर विनूच्या लक्षात आलं की त्याचं पैशांचं पाकीट आबांच्या जमीनदोस्त झालेल्या घरातच आहे! थोडीफार रक्कम त्याच्याकडे होती. तो गोव्यापर्यंत नक्कीच गेला असता. तिथं गेल्यावर सुमीकडून पैसे घेता आले असते.

तो अवधूतला म्हणाला,

''अवधूत दादा, माझं पैशांचं पाकीट आबांच्या घरातच पडलं आहे. तुला मिळतंय का बघ. बरेच पैसे आहेत त्यांत. आता दगडधोंड्यांच्या आणि मातीच्या ढिगाऱ्याखाली ते कुठं असेल कोण जाणे. मिळालं तर बघ. नाहीतर दे सोडून.''

''ते बघतो मी. पण तुझ्याकडे पुरेसे आहेत का पैसे?'' अवधूतनं विचारलं.

''आहेत. गोव्यापर्यंत जाऊ शकेन.'' विनायक म्हणाला.

''मग ठीक आहे.''

''अवधूतदादा, समजा वाटेत काही चौकशी झाली आणि अडकवून ठेवलं तर? असं काहीबाही चालू आहे असं काल रेडीओवर ऐकलं'' विनायकानं विचारलं.

''हो. मीही ऐकलं ते. जपानहून आलो होतो असं चुकूनही बोलू नको. नाहीतर अडकशील.''

''अरे पण त्याला बरेच दिवस झाले. मी तिकडून आलो असलो तरी करोना बाधित नव्हतो.''

"ते खरं रे. पण या सरकारी यंत्रणेची समजूत कशी घालशील?"

"म्हणजे?"

"अरे आठ दिवसांपूर्वी वाडीतल्या म्हादुचा मुलगा इकडच्या लोकांसाठी एका दिवसाकरता मुंबईहून सोडलेल्या ट्रेन मधून आला. तो कोणालाही सांगत होता की आता तर तुम्ही करोनाचे रोगी आहात. असं सांगून रुग्णालयात पंधरा दिवस डांबून ठेवण्याचे प्रकार चालू झालेत. त्यानंतर तुम्ही करोनामुक्त झालात असं सांगून भरमसाठ पैसे उकळण्याचे उद्योगही जोरात चालू आहेत! तू जपानहून आला आहेस हे कळलं की मग तर काय बघायलाच नको.

"यावर नियंत्रण नाही कोणाचं?"

"नियंत्रण? ते कोण ठेवणार? सगळेच एकमेकांचे साथीदार!" अवधूत म्हणाला.

"निघालो तर आहे. बघुया पुढं काय वाढून ठेवलं आहे ते!" विनायक उद्गारला.

राजपुराहून गोव्याला जाणारी एक खासगी गाडी त्याला लगेचच मिळाली.

"पोचलो की फोन करतो." विनायक म्हणाला.

"उपयोग नाही. गावाजवळचा मोबाईल टॉवर अजूनही पडलेलाच आहे. फोन लागणार कसा?" अवधूत म्हणाला.

"मग तुला पोचल्याचं कळवणार कसं?"

"मी चार दिवसांनी इथं राजापुरात येणार आहे. तेव्हा इथूनच करेन मी तुला फोन" अवधूतनं सांगितलं.

"हां. तेच बरं पडेल." विनायकानं म्हटलं.

त्याला सोडून अवधूत कुंभीला परतला तोपर्यंत पावसानं जोर धरला होता.

पुढचे दोन दिवस इतका जोराचा पाऊस होता की अवधूतला आबांच्या घराकडे जाणं जमलंच नाही. तिसऱ्या दिवशी पाऊस दुपारनंतर थोडा कमी झाला आणि अवधूत उमेला घेऊन संध्याकाळी तिथं गेला.

सगळं घर म्हणजे एक भला मोठा मातीचा ढिगारा झाला होता. त्यावर पडलेली आजूबाजूची लहानमोठी अनेक झाडं आणि पालापाचोळा बाजूला करून ढिगाऱ्याखाली असलेली कुठलीही गोष्ट शोधणं केवळ अशक्य होतं! त्यामुळे विनायकाचं पाकीट शोधण्याचा प्रयत्नही करायची गरज नव्हती.

सतत चालू असलेल्या पावसामुळे ढिगाऱ्याच्या काही भागातली माती निघून गेली होती. तिथं मातीतून काहीतरी बाहेर आल्यासारखं दिसत होतं. अवधूतनं ते

मातीखालून बाहेर ओढलं. ती फोटो फ्रेम होती. अवधूतच्या हातातून ती फ्रेम ओढून घेत उमा म्हणाली,

''अहो, ही फोटोत आबांच्या शेजारी दिसते आहे तिला ओळखलंत का? हीच ती रमा.''

''तू कशी काय ओळखळीस तिला?''

''विनायकानं हा फोटो मला दाखवला होता. पण हिला त्यावेळी मी ओळखली नव्हती. आज विनायकानं सगळं सांगितल्यावर समजलं, ही तीच आहे!''

''हो का?'' असं म्हणत फोटो बघून झाल्यावर तो फोटो त्यानं तिथंच फेकून दिला.

''अहो, फेकता कशाला? राहू दे आपल्याकडे.'' उमा म्हणाली.

''आपल्याकडे? आपल्याकडे कशाला?''

''हे घर या वादळाच्या आधी जिनं उध्वस्त केलं ती कोण ते कळावं म्हणून.''

''छान! ठेवा मग.'' अवधूतनं तिची गंमत करीत म्हटलं.

काळोख झपाट्यानं वाढू लागला होता. पाऊसही वाढेल अशी चिन्हं दिसत होती. मातीच्या ढिगाऱ्याला वळसा मारून अवधूत आणि उमा तिथून निघाले. अंगणाचा तुटका कठडा ओलांडून ती दोघं पुढं आले आणि त्यांची नजर विहिरीच्या दिशेनं गेली.

भुरभुरणाऱ्या पावसाच्या धूसर पडद्यामागे विहिरीच्या हातरहाटा जवळ रमा उभी होती! लालबुंद डोळे आणि पिंजारलेले केस अशा अवस्थेतली रमा एका हातानं खूण करून उमेला तिच्याकडे बोलावीत होती!

अवधूत घाबरून तिच्याकडे बघू लागला. तेवढ्यात उमा रमेच्या दिशेनं पुढं चालू लागली, रमेकडे एकटक बघत! त्या तशा घाबरलेल्या अवस्थेतही अवधूत पटकन् पुढे धावला आणि त्यानं उमाला मागे ओढली.

पावसाचा जोर वाढला होता. आकाश भरून आलं होतं. ढगांचा गडगडाट आणि काळकुट्ट आकाश कापून जाणारी वीज यामुळे समोर उभी असलेली रमा अधिकच भेसूर दिसत होती.

उमेला ओढतंच अवधूत तिथून निघाला आणि घरी आला.

रात्रभर उमा तापानं फणफणली होती. झोपेत काहीतरी असंबद्ध बरळत होती. तिच्या शेजारी पडलेली रमेचा फोटो असलेली फ्रेम उचलून अवधूतनं अतीव तिरस्कारानं लांब फेकून दिली आणि रात्रभर तो तिच्या शेजारी बसून राहिला.

दुसऱ्या दिवशी तिला बरं वाटलं; पण दिवसभर ती आपल्याच नादात होती. तिचं इतर कुठे नेहमीसारखं लक्ष नव्हतं. दुपारी झोपून उठल्यावर अवधूतच्या लक्षात आलं की त्याचा मुलगा बाहेर अंगणात खेळतोय पण उमा घरात आणि बाहेर कुठेही दिसत नाहीये! तो थोडा धास्तावला पण क्षणभरंच. ती कुठे गेली असेल याची त्याला कल्पना होतीच. तो धावतच आबांच्या घराजवळ पोचला.

विहिरीजवळ उमा कोणाशीतरी बोलत उभी होती!

तो आणखी पुढे आला. ती रमेबरोबर बोलत होती. रमेची अंधुक, धूसर आकृती त्यालाही दिसत होती. तो वेगानं पुढे धावला आणि उमेला खसकन् आपल्याकडे ओढत म्हणाला, चल घरी'' आणि तिला घेऊन जाऊ लागला.

उमा त्याच्याबरोबर निघाली खरी; पण सारखं मागे वळून बघत होती आणि रमेकडे बघून हात हलवत होती! त्या तेवढ्या वेळात अवधूतला त्याच्यासमोर वाढून ठेवलेल्या भविष्यातल्या संकटाची चाहूल लागली.

अवधूतला वाटणारी भीती खरी ठरली होती. रोज संध्याकाळी उमेची पावलं आबांच्या घराजवळच्या विहिरीकडे वळत होती आणि अवधूतला गोड बोलून तिला थांबवावं लागत होतं.

एका सकाळी अवधूतनं गडग्याच्या भिंतीत असलेली अरुंद वाट दगड टाकून बंद करून टाकली. आता आबांच्या घराकडे जायला जवळची वाटंच नव्हती.

अवधूतच्या मनावरचा थोडा ताण कमी झाला. पण वाट बंद झालेली बघून उमेच्या मनाची घुसमट वाढली. तिला जे काही वाटत होतं ते तिनं मनात कोंडून ठेवलं होतं. ती ओरडाओरड, बडबड असं काहीच करत नव्हती. आतल्या आत घुसमटत होती. त्यामुळे वारंवार आजारी पडत होती. रात्री-बेरात्री झोपेतून घाबरून उठत होती.

अवधूतला सगळं कळत होतं; पण तो असाहाय्य होता! त्याला उमेची व्यथा समजत होती; पण ती तो दूर करू शकत नव्हता. एखाद्या चांगल्या डॉक्टरकडे जाण्याशिवाय गत्यंतर नव्हतं. आणि त्यावेळी तरी त्याला ते शक्य वाटत नव्हतं.

गडग्यातली वाट बंद करून टाकल्यामुळे अवधूत नाही म्हटलं तरी थोडा गाफील राहिला आणि एका संध्याकाळी उमा त्याची नजर चुकवून घराबाहेर पडली! अवधूतनं आबांच्या घराजवळ, तिथल्या विहिरीजवळ, घराच्या आजूबाजूला, खाडीच्या जवळ सगळीकडे तिला शोधलं पण ती कुठंच दिसली नाही!

काळोख वाढत होता. पाऊसही सुरू झाला होता. काय करावं ते अवधूतला

कळत नव्हतं. तो सुन्न होऊन असाहाय्यपणे मुलाबरोबर पडवीतल्या झोपाळ्यावर बसला होता. तो असा किती वेळ तिथं बसला होता ते त्याचं त्यालाच उमजत नव्हतं.

बरीच रात्र झाली असावी. उमा कुठेतरी दिसेल अशा आशेनं तो भेदरलेल्या नजरेनं काळोखात बुडालेला आजूबाजूचा सगळा परिसर अक्षरशः पिंजून काढीत होता आणि अचानक त्याला खाडीकडून येणाऱ्या वाटेवर काही हालचाल जाणवली.

त्याचा मुलगा तिथंच झोपला होता. त्याला बाजूला करून अवधूत एकदम उभा राहिला. समोरच्या वाटेवरून प्रकाशाचा एक गोल ठिपका पुढं सरकत त्याच्याकडे येत होता. त्याबरोबरच उमा हळूहळू पावलं टाकत पुढे येत होती. तिच्या मागं एक धूसर आकृतीही दिसत होती. ते आबा होते! त्यांच्या हातात तिथल्या विहिरीवर फक्त उमालाच दिसणारा पणतीसारखा दिवा दिसत होता. त्या दिव्याचा प्रकाश आजूबाजूला पसरला होता.

अवधूत पडवीतून खाली आला.

''आता नाही जाणार भेटायला'' उमा मागं मान वळवून त्या आकृतीकडे बघून म्हणत होती!

अवधूत पुढं आला आणि मोठ्यानं ओरडला,

''उमा...''

आणि ती आकृती दिसेनाशी झाली.

''आले आले'' असं तिच्या नेहमीच्या खेळकर स्वभावानुसार हसत म्हणाली आणि अवधूतचा हात घट्ट पकडून अंगणात आली. तिच्या हातात तिनं आणलेली पणती होती. पण ती नेहमीसारखी मंद प्रकाश देत जळत होती. तिचा प्रखर उजेड आता दिसत नव्हता. उमानं तो दिवा तुळशी वृंदावनाच्या कोनाड्यात ठेवला आणि ती घरात आली.

त्या रात्रीनंतर उमा पूर्वीसारखीच वागू लागली. जणू मधल्या काळात काही घडलंच नव्हतं. अवधूतनंही तिला काय झालं ते विचारलं नाही. तिला ते विचारून तिच्या मनांवर ओरखडाही उमटवण्याचा धोका तो घ्यायला तयार नव्हता.

पण अवधूतचा हा आनंद फार काळ टिकला नाही. आठ दिवसांनी संध्याकाळी तुळशी वृंदावनाच्या कोनाड्यात ठेवलेला तो दिवा घेऊन उमा खाडीच्या दिशेनं निघालेली अवधूतनं बघितलं. तो धावतच तिच्यापर्यंत पोचला.

''कुठे निघालीस उमा?'' अवधूतनं चिडून विचारलं.

''मी सांगते नंतर तुम्हाला. तुम्ही पण चला माझ्याबरोबर'' उमा म्हणाली.

''मी? मी कशाला?''

''चला हो. मला आणि आबांनाही बरं वाटेल.''

''आबांना?'' अवधूतनं नसमजून विचारलं.

''कळेल. नाहीतर मी सांगेन.'' असं म्हणून उमा अवधूतचा हात धरून त्याला घेऊन जाऊ लागली.

''पण जायचंय कुठे?''

''मी विहिरीवर दर अमावास्येला दिवा लावायला जाते ना तिथं.'' उमा म्हणाली.

विनायकाला आणि उमेला ज्या विहिरीवरच्या दिव्यानं अंधाऱ्या रात्री वाट दाखवली होती त्या विहिरीकडे दोघं पोचली तेव्हां अंधार पडला होता. उमेनं विहिरीच्या कठड्यावर दिवा ठेवला आणि तो लावून तिनं हात जोडले. कठड्याच्या समोरच्या बाजूला आबा दिसत असल्याचं अवधूतला जाणवलं. त्यानंही हात जोडले, डोळे मिटले.

दोन मिनिटांनी दोघांनी समोर बघितलं. आबा नव्हते तिथे. उमेनं दिवा उचलला आणि ती दोघं परत येऊ लागली. दिव्याचा प्रकाश प्रखर झाला आणि वाट स्पष्ट दिसू लागली.

अंगणात आल्यावर दिव्याचा प्रकाश मंदावला. उमेनं दिवा तुळशीजवळ ठेवला आणि घरात येऊन ती अवधूतला म्हणाली,

''मी सांगते तुम्हाला आता.''

''तुम्ही गडग्यातली वाट बंद केलीत आणि मला कुठंच जाता येईना.''

''म्हणजे आबांच्या घराजवळच्या विहिरीकडे जाता येईना असंच ना?''

''तसंच. पण मागच्या आठवड्यात मी आपल्या विहिरीकडे गेले त्यादिवशी अमावास्या होती आणि मला वाटलं की आपण तिकडे जाऊ शकतो. म्हणून मी तिथं गेले.''

''आणि मग?''

''मी घाई गडबडीत दिवा न्यायला विसरले होते.'' अंधार पडण्यापूर्वी निघावं म्हणून विहिरीजवळ नमस्कार करून परत निघाले. इतक्यात मला तिथं आबा उभे असलेले दिसले. ते म्हणाले, 'घाबरू नको. ही पणती घे आणि ठेव कठड्यावर'

''मग?'' अवधूतनं उत्सुकतेनं विचारलं.

''मी त्यांनी दिलेली मंद प्रकाशात जळणारी पणती कठड्यावर ठेवली, हात जोडले आणि मग निघाले.''

''पण तू आलीस तेव्हा तुझ्या मागोमाग आबा आलेले दिसले मला.''

''हो. मी निघाले तेव्हां माझ्या हातात ती पणती त्यांनी दिली आणि मला म्हणाले, उमे, आमच्या म्हणजे विनायकाच्या घराजवळच्या त्या विहिरीकडे पुन्हा कधीही जाऊ नको. माझ्या घराचा नाश करायला आलेल्या एका असमाधानी व्यक्तीचा जीव तिथं अजूनही घुटमळतोय ! पुन्हा घरांत यायची वाट बघतोय. त्यापेक्षा तू इथं या विहिरीवर ये. हा दिवा घेऊन जा आणि हाच इथं दर आठवड्याला घेऊन ये. मी आहे तुमच्या पाठीशी.''

''पण ती व्यक्ती कोण हे नाही का सांगितलं त्यांनी?''

''विनूनं जे सांगितलं त्यावरून आपल्याला माहीत आहेच ना कि ती रमाचं आहे म्हणून. पण तरीही मी विचारलं त्यांना. पण 'जास्त काही विचारू नको' असं ते म्हणाले आणि मला इथपर्यंत सोबत केली त्यांनी.''

उमेनं सांगितलेल्या त्या विलक्षण प्रकारावर विश्वास ठेवणं अवधूतला कठीण जात होतं. पण आबांना त्यानं स्वतःच बघितलं होतं त्या दिवशी उमेबरोबर.

''त्या दिवशी तू त्यांना 'आता नाही जाणार भेटायला' असं काहीतरी म्हणत होतीस ना ?'' अवधूतनं विचारलं.

''हो. आबाच 'नको जाऊस' म्हणाले होते ना म्हणून त्यांना तसं म्हटलं मी'' उमा म्हणाली.

उमा त्यानंतर दर आठवडयाला अवधूतच्या विहिरीजवळ जाऊन दिवा लावून येऊ लागली. अवधूतही निर्धास्त झाला. पण काही दिवसांनी ती पुन्हा उदास दिसू लागली. आबांच्या घराच्या दिशेनं बघत बसू लागली. कदाचित ती तसं सहजच करीत असेल. काही उद्देश नसेल त्यामागं. पण अवधूतची चिंता वाढली होती हे नक्की!

नानूला मुंबईला सगळं कळवावं असं अवधूतला सारखं वाटंत होतं पण विनू 'नको कळवू' असं जातांना सांगून गेला होता. त्यामुळे तो गप्प होता.

अवधूत वाट बघत होता, लॉकडाऊन संपण्याची ! तोपर्यंत उमेला सांभाळायला हवी होती. तिच्यावर लक्ष ठेवायला हवं होतं.

लॉकडाऊन संपून तिला डॉक्टरकडे नेता येईल हे आज तरी अवधूतला असंभव वाटत होतं ! पण अवधूतच्या नशिबानं काही दिवसांतच लॉकडाऊन संपला आणि सगळ्या गोष्टी हळूहळू पूर्वपदावर येऊ लागल्या.

बरेच दिवसांनी कुंभीत पोस्टमनही आला आणि अवधूतकडे नानूनं मुंबईहून पाठवलेलं एक पत्र आणून दिलं.

''विनायकला कुंभीतच थांबायला सांग. मी येतोच आहे तिकडे'' असं नानूनं लिहिलं होतं.

केव्हां येणार ते मात्र त्यानं लिहिलं नव्हतं. अवधूतनं नानूला फोन लावायचा प्रयत्न केला पण तो काही लागला नाही. म्हणजे वाट बघणं आलं.

पुढचे दहा पंधरा दिवस असेच गेले. नानूचा फोनही लागत नव्हता. उमा दिवसेंदिवस जास्तच उदास होत होती. तिचं बोलणंही कमी झालं होतं. तिला विनायकाच्या घराकडे जायचं होतं पण अवधूतला आवडणार नाही म्हणून ती काही सांगत नव्हती. तिकडे जाण्यातला धोका अवधूतला कळत होता म्हणून तोही ती जोखीम घेऊ इच्छीत नव्हता.

आणि लॉकडाऊन पुन्हा सुरू होण्याच्या बातम्या येऊ लागल्या. अवधूत आता जास्त वेळ वाट बघू शकत नव्हता. पुढच्या दोन दिवसांतच तो उमेला घेऊन शहराच्या दिशेनं निघाला. राजापुरात डॉक्टर नव्हते. पंधरा दिवस तरी परत येणार नव्हते. अवधूत उमेला घेऊन तिथूनच रत्नागिरीला गेला. तिथंही दोन दिवस थांबावं लागणार होतं.

अवधूत राजापूरला डॉक्टरांकडे गेला नेमका त्याच दिवशी नानू कुंभीला आला होता. नानू घरी पोचेपर्यंत संध्याकाळ झाली होती. घरी कोणीच नसल्याचं बघून तो थोडा चिडलाच. अवधूतला फोन करून विचारायचं तर नानूला खाडीजवळ जाण्याशिवाय काही पर्याय नव्हता कारण फक्त तिथूनच मोबाईलसाठी रेंज मिळत होती.

नानू तडक खाडीच्या दिशेनं निघाला पण जाण्यापूर्वी आपल्या घरी जाऊन तिथं विनायक आहे का हेही बघावं म्हणून तो घराकडे आला.

समोर दिसणाऱ्या घराची दुर्दशा बघून तो उभ्या जागी खचून गेला. हे आपलंच घर आहे यावर त्याचा विश्वासच बसत नव्हता.

त्याचं ते आवडतं टुमदार घर पार जमीनदोस्त झालं होतं!

घराच्या चौथऱ्यावर ठिकठिकाणी मातीचे ढिगारे साचले होते. पडलेली झाडं आणि सर्वत्र पसरलेला पालापाचोळा आणि समोरच पडलेल्या खिडक्यांच्या चौकटी आणि मुख्य दरवाजाचा सांगाडा यामुळे त्या घराचा उध्वस्तपणा नजरेत खचकन रुतत होता.

अवधूत किंवा विनायकाकडून घराच्या या अवस्थेबद्दल त्याला काहीच कळलं

नव्हतं. त्याला आश्चर्य वाटत होतं कारण दोघांकडूनही असं होण्याची शक्यता अजिबातच नव्हती.

चौथऱ्याच्या दोन पायऱ्या चढून आल्यावर जड पावलांनी आजूबाजूच्या पालापाचोळ्यातून हळू हळू चालत तो घराजवळ आला आणि अचानक त्या पडक्या घरासमोरच्या तुटून पडलेल्या दाराजवळ कोणीतरी उभं असल्याचं त्याला दिसलं ! फुटक्या संध्याकाळचा धूसर कातरवेळेचा अंधुक प्रकाश अजूनही आजूबाजूला रेंगाळत होता.

नानू नकळतपणे त्या व्यक्तीकडे बघतच दारापाशी आला. समोर एक नितांत सुंदर तरुणी उभी होती ! तो तिच्याकडे बघतच राहिला. थोड्या वेळानं भानावर येत त्यानं विचारलं,

''कोण तुम्ही? कोण हवंय?''

''मला ओळखलं नाहीस ? मी रमा !'' ती मोहक हसत म्हणाली.

''तू रमा?'' तो घाबरून दोन पावलं मागे सरकत म्हणाला. ''हे कसं शक्य आहे आपणंच तर तिला खालच्या विहिरीत ढकलून दिली होती.'' नानू गोंधळून गेला होता.

''नानू ? आलास ?'' असं म्हणत ती वळली आणि विहिरीच्या दिशेनं चालू लागली.

नानूही भारावल्या सारखा चालत तिच्या मागोमाग निघाला. तो इतका भांबावला आणि घाबरला होता कि त्याला कसलंच भान नव्हतं. मती गुंग होऊन गेली होती.

''चल नानू, विहिरीजवळ चल. तिथं बोलू आपण''

रमेच्या आवाजाचा मागोवा घेत नानू संमोहित झाल्यासारखा तिच्या मागे चालत विहिरीपाशी पोचला.

विहिरीच्या तुटलेल्या कठड्यापाशी गेल्यावर रमा म्हणाली,

''चल, माझ्या घरीच जाऊया.''

''तुझं घर? तुझं कुठलं घर?'' नानूनं घाबरून विचारलं.

''हेच. तूच नाही का ढकललंस मला या ठिकाणी?''

काही समजण्यापूर्वीच नानूला कोणीतरी धक्का मारल्याची जाणीव झाली आणि क्षणार्धात विहिरीत काहीतरी पडल्याचा आवाज आसमंतात भरून गेला ! त्या खोल विहिरीतलं पाणी दुभंगलं आणि सांधलं.

एक वर्तुळ पूर्ण झालं होतं !

अवधूत आजही नानूची वाट बघतोय. नानूच्या बायकोचं मुंबईहून पत्रही

आलं होतं. त्यावरून नानू कुंभिला आला असल्याचं त्याला कळलं होतं. पण नानू कुंभिला आल्याचं गावांत कोणालाही माहीत नव्हतं. तो आला असला तर भेटला का नाही, कुठे गेला, त्याच्या बायकोनं त्याची चौकशी त्यानंतर कधीच का केली नाही, ती अवधूतच्या पत्रांना उत्तर का देत नाही, डॉक्टरची भेट न होताही उमा शांत कशी झाली अशा अनेक प्रश्नांची उत्तरं आजही त्याला मिळालेली नाहीत !

अनाकलनीय आणि असंभव घटनांच्या अथांग डोहात गटांगळ्या खात तो अजूनही घडून गेलेल्या प्रसंगांचा अर्थ लावतो आहे. त्या विहिरीच्या कठड्यापाशी फुटक्या संध्याकाळी नानू अधूनमधून दिसतो असं गावातले लोक त्याला सांगू लागलेत. त्याला मात्र तो कधीच दिसलेला नाही !

श्रीकांत कार्लेकर यांची निवडक ग्रंथसंपदा